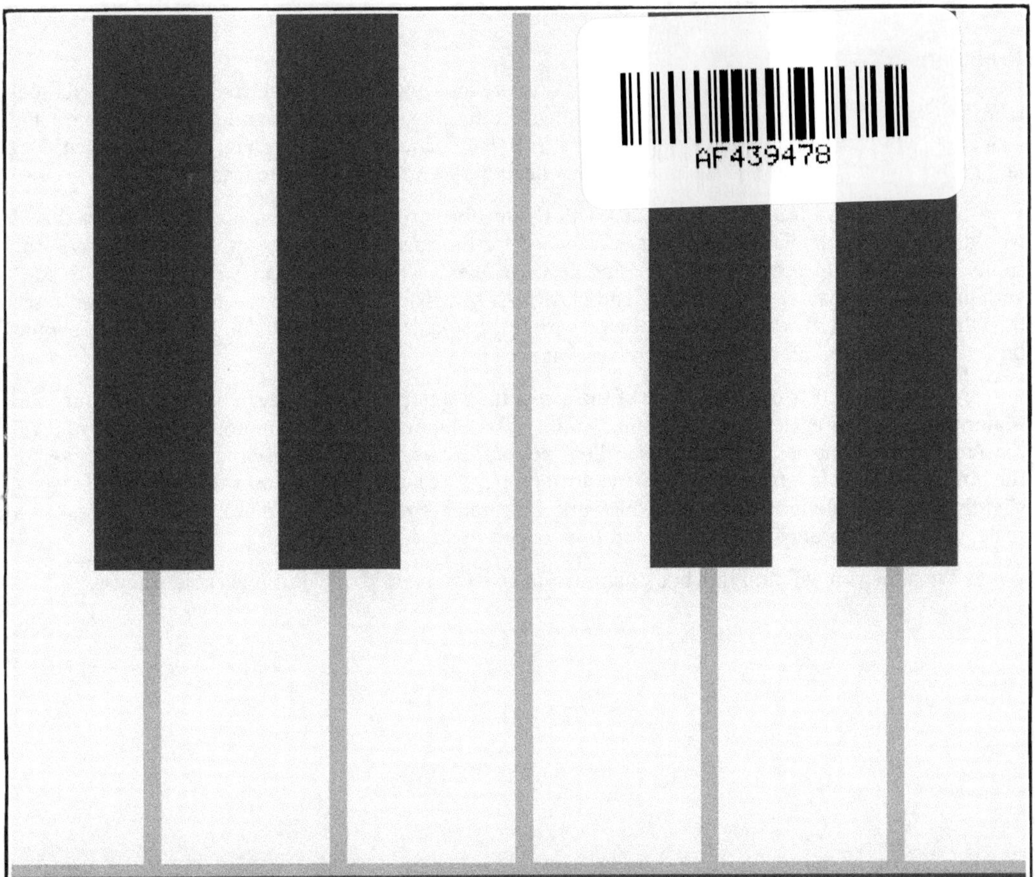

FOR BEGINNERS

Christian songs
with Notes

కైస్తవ పాటలకు
కీబోర్డ్ నోట్స్

100 SONGS

Price: 100 Rs

Keyboard Learning Help

Preface

With the desire to help very beginners who are learning keyboard, started a YouTube channel (shorturl.at/pwSV9). Started uploading few songs limiting them to mostly <2mins each, to ensure it is watched till the end. At the time of writing this, I have uploaded over 300+ songs (shorturl.at/cnKY2) and I assumed this would be helpful to the very beginners who are starting to learn.

However soon found that and also with the feedback received from various subscribers that it would be really beneficial with the notes provided for the early beginners. So this is an effort on the same. My dad taught me keyboard, writing down "**notes**", when I was a kid, with few songs to start with and once I got started, I could try and play other songs on my own. Starting with 50 songs to see how this is received. By the end of practicing with this book, my (or our/your) target is that you should be able to embark on playing songs on your own.

In this book, I tried to do most of the songs in C Major Scale (a pattern of notes), if song is in Major scale, so it is easier and everything would fall in the purview of white notes. Do note, you will have mix of different patterns of notes, called "**scales**", so as to make yourself familiar with. Some of the notes would deviate from the scale (included on purpose so you would know these aspects as well), slightly causing melody to the song, which are indicated accordingly. These are called "**modes**" in a scale, placed as reference for more exploration, once you are comfortable.

We hope you will find this book helpful and gets you started on your musical journey. ☺

Sincerely,

Keys Learn Help !

Table of Contents:

<u>Some Instructions to get you started:</u>

To play the keyboard, you must first learn the notes, the pattern of keys as well as the names of the black and white keys.

<u>The Repeating Pattern of Keys:</u>
Keys of a keyboard can be identified to be in a repeating pattern.
- White Key Pattern: It is a 7 white key repetition, where first 3 white keys enclose two black keys and then four white keys enclose three black keys.
- Black Key Pattern: It is a 5 black key repetition. Two black keys separated by one white key and then two white keys, then three black keys are separated by one white key each followed by two white keys.
- In totality, it is the repetition of twelve keys, five black and seven white keys. These twelve keys constitute an octave. Hence we can say that the keyboard contains different Octaves of twelve keys each. Different Octaves represent different pitches.

<u>Naming of White Keys:</u>
Seven White keys of an octave are named as C, D, E, F, G, A, B. After this, the next white key is the first key of different octave and can be again named as C., D and so on.

<u>Naming of the Black keys:</u>
- Black keys are named according to the surrounding white keys.

   Notations used are # (sharp) and ♭ (flat). - ♭
- # is for the name of the black key after the white key and ♭ is for the name of the black key before the white key.

So let's take a case of black key between C and D. It can be named as
C# or D ♭.
Here are the names of the notes on the black keys:
- 1st black key in the image shown below is C # or D♭
- 2nd black key is D# or E♭
- 3rd black key is F# or G♭
- 4th black key is G# or A♭
- 5th black key is A# or B♭

<u>Find the Octave of a Note:</u>
Use the image below as a reference.

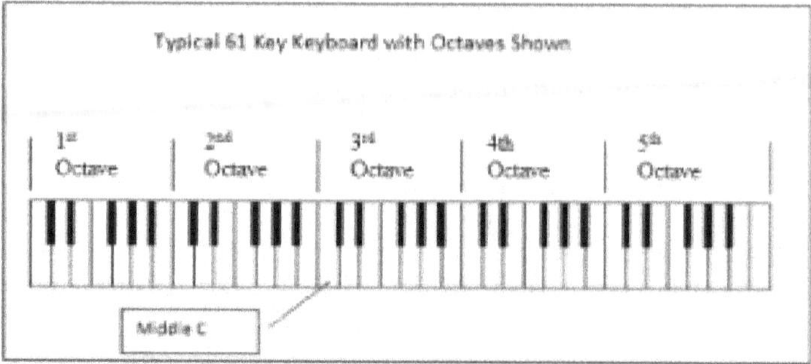

- Start by finding Middle C. This note is in Octave 3.
- Go down or up to reach the Octave that your key is in, decreasing or increasing the Octave number respectively as you go.
- C4 is considered to be the Middle C. And it is indicated in the song book as C and not as C4. If it goes beyond the octave, it is indicated as C5 and if it is below the octave it is indicated as C3.
- YouTube link is provided, in case you are stuck on how to be played, for reference.

  Image here might help understand the same.

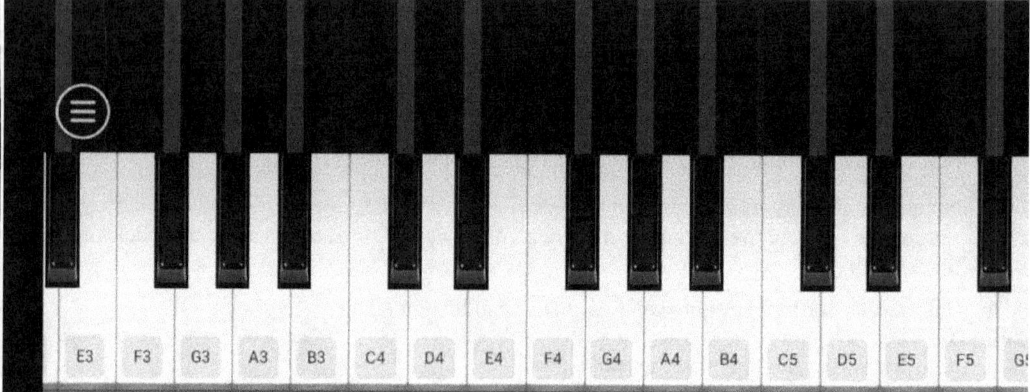

- Please do sing while you play.
    - It helps train your brain memory, which will be helpful in identifying scales later.
    - Also it will help establish the song rhythm and helps you learn quicker.
- You can keep hitting the same note repeatedly, provided it is in the same box while singing that part of lyrics.
- Good to know these – but not mandatory to get you started. Mostly all our songs fall in either one of the below category.
    - https://www.pianoscales.org/major.html - **All Major Scales**
    - https://www.pianoscales.org/minor.html - **All Minor Scales**

Note: This is in C Scale.

C	C	C	C-D	E	F	G	G	F	G	F	E
ర	మ్మ	ను	చు	న్నా	డు	ని	న్ను	ప్ర	భు	యే	సు

E-F	G	F	E	D	C	D	C		B3-A3	G3
వాం	భ	తో	త	న	క	ర	ము		చా	పి

G3	G3	F	E	D-ED	C
ర	మ్మ	ను	చు	న్నా	డు

C	C	C	C	C	C	D	F	E
ఎ	టు	వం	టి	శ్ర	మ	లం	దు	ను

F	F	F	F	F	G	G	A	G
ఆ	ద	ర	ణ	నీ	కి	చ్చు	న	ని

D	D	C	B3-A3	G3	F-F	F	F	E	D	E
గ్ర	హిం	చి	నీ	వు	యే	సు	ని	చూ	చి	న

G	G	F	E	D	C	B3	A3	B3	C
హ	ద్దు	లే	ని	ఇం	పు	పొం	దె	ద	వు

Ref: https://www.youtube.com/watch?v=k2XreFE41Wo

2. రండి ఉత్సాహించి

Note: In C Scale.

G	E	F	G		G	G		A	A	A	G
రం	డి		ఉ	త్సా	హిం	చి		పా	డు	ద	ము

G	C5	D5	E5	E5	D5		C5	B	C5	D5	C5
ర	క్ష	ణ	దు	ర్థ	ము		మ	న	ప్ర	భు	వే

G	E	F	G	G	G	A	A	A	G
రం	డి		క్ళ	త	జ్ఞ	త	స్తో	త్ర	ము	తో

G	C5	D5	E5	E5	D5	C5	B	C5-D5	C5
రా	రా	జు		స	న్ని	ధి	కే	గు	ద	ము

E5	E5	E5		D5	E5	E5		F5	E5	D5	D5
స	త్ర్ప	భు		నా	మ	ము		కీ	ర్త	న	లన్

E5	E5	E5		D5	C5	C5		B	A	A	G
సం	తో	ష		గా	న	ము		చే	య	ద	ము

Ref: https://www.youtube.com/watch?v=eKkebdYQhJI

3. యోగ్యుడవో

Note: In Cm Scale – B is not part of the original scale but it keeps occurring throughout this song.

G3	C	D	Eb		D	C	B-C	D	G3	B3	C	D		D	D	Eb-D	C	B3	C
యో	గ్యు	డ	వో	-	యో	గ్యు	డ	వో	యే	సు	ప్ర	భో		నీ	వె	యో	గ్యు	డ	వో

G	G	G	G		Ab	Ab	Ab		F	F	Eb	G		
మ	ర	ణ	ము		గె	ల్చి	న		యొ	ధు	డ	వో		

D	D	D	D	Eb	G		Eb-D	C	B3	C
మా	జీ	వి	త	ము	ల		పూ	జ్య	డ	వో

Eb	D	F	Eb	Eb		D	C	B3	D	D	D
స్మ	ష్టి	క	ర్త	వు		ని	ర్మా	ణ	కు	డ	వు

F	F	F	F	F		D	Eb	G	Ab	G-G
జీ	వ	న	దా	త		జీ	విం	చు	వా	డా

C5	C5	C5	B		C5	C5		G	G	F	F		Ab	G	G
శి	ర	ము	ను		వం	చి		క	ర	ము	లు		జో	డిం	చి

Eb	G	G	F	Eb		Eb	D		Eb	D-C		B3	C
స్తు	తి	యిం	చె	ద		ని	న్ను		యే	సు		ప్ర	భో

Ref: https://www.youtube.com/watch?v=csXSM9_FFpI

4. హల్లెలూయ స్తుతి మహిమ

Note: In Cm Scale

Eb	Eb	Eb	Eb		D	D	Eb	D	C
హ	ల్లె	లూ	య		స్తు	తి	మ	హి	మ

Ab3	Ab3	G3	Ab3	Eb	Eb	Eb	D	Eb	D	C
ఎ	ల్ల	ప్పు	డు	దే	వు	ని	కి	చ్చె	ద	ము

C		D	C	Bb3	Bb3	C	Bb3	Ab3	Ab3	Bb3	Ab3	G3	G3
ఆ	...	హ	ల్లె	లూ	యా	హ	ల్లె	లూ	యా	హ	ల్లె	లూ	యా

G3	G3	C	C	C	C	C	Bb3	C	C	D	D	D
అ	ల	సై	న్య	ము	ల	కు	అ	ధి	ప	తి	యై	న

C-D	Eb	Eb	Eb	Eb	F	Eb	F	G
ఆ	దే	వు	ని	స్తు	తిం	చె	ద	ము

C	G	G	F	F	F	F	C	F	F	Eb
అ	ల	సం	ద్ర	ము	ల	ను	దా	టిం	చి	న

C-D	Eb	Eb	Eb	Eb	D	C	Bb3	C	D
ఆ	యె	హో	వా	ను	స్తు	తిం	చె	ద	ము

Ref: https://www.youtube.com/watch?v=GtzHftrrWdg

5. లెక్కించలేని స్తోత్రముల్

Note: In Em Scale - Db5 in this song is deviating from original scale.

B	E5	E5	D5	D5	B	G-A	B	E	G	A	A	A	G	Gb	D	E
లె	క్కిం	చ	లే	ని	స్తో	త్ర	ము లో	దే	వా	ఎ	ల్లప్పు	డూ	నే	పా	డె	దన్

G	Gb	E	E	G	B	A	A	G	B
ఇం	త	వ	ర	కు	నా	బ్ర	తు	కు	లో

B	B	C5	E5	E5	D5	C5	B
ను	వ్వు	చే	సి	న	మే	ళ్ళ	కై

G	G	G	G	G	G	A	B-B	G	A	B	E5	D5	B-A-G	B	A
ఆ	కా	శ	మ	హా	కా	శ	ము లో	వా	టి	యం	దు	న్న	స ర్వం	బు	ను

Db5	Db5	Db5	Db5	Db5	D5	D5	E5	D5-Db5-D5	E5	E5	E5	B5	E5	G5	Gb5	E5-D5-E5
భూ	మి	లో	క	న	బ	డు	న	వ న్ని	ప్ర	భు	వా	ని	న్నే	కీ	ర్తిం	చు న్

Ref: https://www.youtube.com/watch?v=U8jFLZ9mFQk

6. బెత్లెహేములో సందడి

Note: In Am Scale

A3	A3	C	C	E		D	F	E	E	E	E			F	A	E		F	E	D	
బె	త్లె	హే	ము	లో		సం	ద	డి	ప	శు	ల			పా	క	లో		సం	ద	డి	

D	E	F		C	D	C	B3		B3	B3	C	E		B3	C	B3	A3
శ్రీ	యే	సు		పు	ట్టా	డ	ని		మ	హా	రా	జు		పు	ట్టా	డ	ని

E	E	E	E	E		C	B3	A3		D	D	C	D		F	F	E	
ఆ	కా	శ	ము	లో		సం	ద	డి		చు	క్క	ల	లో		సం	ద	డి	

G	G	G	G	G		F	E	D	
వె	లు	గు	ల	తో		సం	ద	డి	

B3	B3	B3	B3		C	C	E	C	B3	A3
మి	ల	మి	ల		మె	రి	సే	సం	ద	డి

Ref: https://www.youtube.com/watch?v=sWR27DwaX1w

7. ఆశ్చర్యమైన ప్రేమ

Note: In F#m/Gb scale

Db	A3	B3	Db	A		Ab	Gb	Gb	Ab	A	Ab	E		Ab	Gb
ఆ	శ్చ	ర్య	మై	న		ప్రే	మ	– క	ల్వ	రి	లో	ని		ప్రే	మ

Gb	Gb	Ab	A		B	E		E	E	Gb	Ab	A	E	D	
మ	ర	ణ	ము		కం	టె		బ	ల	మై	న	ప్రే	మ	ది	

Db	Db		Db	A	Ab		E	Ab	Gb
న	న్ను		జ	యిం	చె		నీ	ప్రే	మ

A	A	A	A		Ab	Gb	E		Gb	Gb
ప	ర	ము	ను		వీ	డి	న		ప్రే	మ

Db	A3	B3		A	A	A		Ab	Gb	Gb	E		Ab	Gb
ధ	ర	లో		పా	పి	ని		వె	ద	కి	న		ప్రే	మ

A	B		Db5	B	A	Db5		B	A	Ab	B	
న	న్ను		క	రు	ణిం	చి		ఆ	ద	రిం	చి	

A	Ab	Gb	A		Db	Db		Db	A	Ab	Gb
సే	ద	దీ	ర్చి		ని	త్య		జీ	వ	మి	చే్చ

Ref: https://www.youtube.com/watch?v=b_Vf9SNSUUU

8. రాజులకు రాజు పుట్టినన్నయ్య

Note: In Dm scale

A3	D	D	D		C	D		E		D	D	D
రా	జు	ల	కు		రా	జు		పు	ట్టె	న	న్న	య్య

F	F		G	E		E	D	C	D	E	D	D	D
రా	రే		చూ	డ		మ	న	మే	గు	దా	మ	న్న	య్య

A3	D	D	D		C	D	E	D	D	D
యు	దా	య	నే		దే	శ	మం	ద	న్న	య్య

F		F	G	E		E	D		C	D		E		D	D	D
యూ		దు	ల	కు		గొ	ప్ప		రా	జు		పు	ట్టె	న	న్న	య్య

Ref: https://www.youtube.com/watch?v=RCMVKyNMBjs

9. పరిశుద్ధ పరిశుద్ధ

Note: In C Scale
Same pattern for both Pallavi and Charanam.

C	C	C	C		C	C	C	C		C	D	E	D		C	B3	A3
ప	రి	శు	ద్ధ		ప	రి	శు	ద్ధ		ప	రి	శు	ద్ధ		ప్ర	భు	వా

B3	C	D	D	D-E	D	E	F		D	E		D	C	B3	D
వ	ర	దూ	త	లై	న	ని	న్		వ	ర్ణిం		ప	గ	ల	రా

C	C	C	C		C	C	C	C		C	D	E	D		C- B3	A3-G3	A3
ప	రి	శు	ద్ధ		జ	న	కు	డ		ప	ర	మా	త్మ		రూ	పు	డ

B3	C	D	D		D	E	E	F		D	E		C	B3	D
ని	రు	ప	మ		బ	ల	బు	ద్ధి		నీ	తి		ప్ర	భూ	వా

Ref: https://www.youtube.com/watch?v=n9FtTG-x7sA

10. నీ చేతితో నన్ను పట్టుకో

Note: In C Scale

C		D	D	E		D	D		E	E	F	F		E	E	D		C	C		D	D	E
నీ		చే	తి	తో		న	న్ను		ప	ట్టు	కో	నీ		ఆ	త్మ	తో		న	న్ను		న	డు	పు

E	G		F	E	F		F	E	D		D	E
శి	ల్పి		చే	తి	లో		శి	ల	ను		నే	ను

E	D	D	C	D		E	F		E	D	C
అ	ను	క్ష	ణ	ము		న	న్ను		చె	క్కు	ము

E	G		A	Bb	F		F	E	D		D	G
శి	ల్పి		చే	తి	లో		శి	ల	ను		నే	ను

C	C	D	E		D	E	E	F	F		F	E	E	D		C	C		D	D	E
అం	ధ	కా	ర		లో	య	లో	న	సం	చ	రిం	చి	నా		భ	య	ము		లే	దు	

G	F-E	F		F	F	E	D	E		E		D	C	D		E	F	E	D	C
నీ	వా	క్యం		శ	క్తి	గ	ల	ది		నా		త్రో	వ	కు		ని	త్య	వె	లు	గు

Ref: https://www.youtube.com/watch?v=GPFCw99-xLM

11. యేసు రాక్షకా శతకోటి స్తోత్రం

Note : In C scale. Bb is a deviation to this scale but doesn't repeat across the song.

G	G		G	A	A		G	A	A	G		G	G
యే	సు		రా	క్ష	కా		శ	త	కో	టి		స్తో	త్రం

F	F	F	F	F		D	E	D	D			D	C
జీ	వ	న	దా	తా		శ	త	కో	టి			స్తో	త్రం

D	D	D	C		B3	B3	C		E	E	D	D	C	C
భ	జి	యిం	చి		పూ	జిం	చి		ఆ	రా	ధిం	చె	ద	ను

C5	C5	C5		C5		B	C5		B-A	B-A-G	
శౌ	ర్యు	డు		నా		ప్రా	ణ		ప్రి	యు	డు

Bb	Bb		Bb	Bb	Bb		A	Bb	A	G	A	G	G
న	న్ను		ర	క్షిం	ప		న	ర	రూ	ప	మె	త్తా	డు

E		E	E		E	E		E	E		D	E	D	C	D	C	C	C
ఆ		సి	ల్వ		మో	సి		న	న్ను		స్వ	ర్గ	లో	క	మె	క్కిం	చా	డు

D	D	C		B3	B3	B3		C		E	E	D		D	C	C
చ	ల్లా	ని		దే	వు	డు		నా		చ	క్క	ని		యే	సు	డు

Ref: https://www.youtube.com/watch?v=rd1oovQtNWI

Note: In C Scale

G	G	A	G	FE	F	F	F		G	F	ED
నీ	తి	గ	ల		యె	హో	వ		స్తు	తి	

E	E	FEDC		B3	B3	C D	C		CD	E	E	FEDC	B3	C	D	C
యా	త్మ	తో		న	ర్పిం	చు	డి		మీ	యా	త్మ	తో	సే	విం	చు	డి

C	C	C-D		B3	C		D	D		E-D	D	C		E	E	F	E		D-C	B3	C-D	C
దా	త	యెా		మ	న		క్రీ	స్తు		నీ	తి	ని		దా	ల్చు	కొ	ని		సే	విం	చు	డి

Repeat the same as above, for it follows the same pattern – Fill it up, if you would like.. ☺

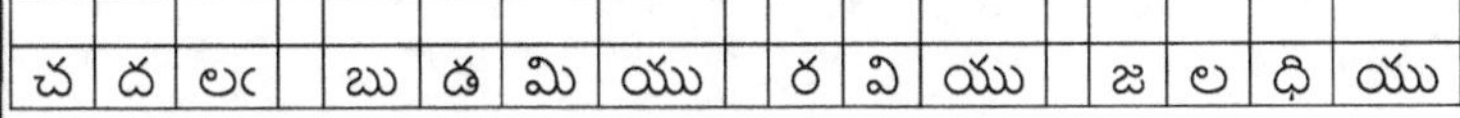

చ	ద	లఁ		బు	డ	మి	యు		ర	వి	యు		జ	ల	ధి	యు

న	దు	లు		గి	రు	లు	ను		జ	క్క	గా

స	ద	మ	లం	బ	గు	దై	వ	నా	మ	ము	స	ర్వ	దా	ను	తిం	జే	య	ను

Ref: https://www.youtube.com/watch?v=oKclEKNQia8

13. భీకరుండొ మా యెహొవా

Note: In C Lydian Scale. F in C scale is replaced by F# and called C Lydian scale.

E	A	G	Gb-G		E	D	E-D	C		B3	C		B3	A3	A3	C		E-D	E-G	E
భీ	క	రుం	డో		మా	యె	హొ	వా		పీ	ర		మె	దు	ట	న్		గూ	డ	రే

E	E	G		A-G	C5		C5	C5	C5		C5	B	C5	B	A		A	G	G-Gb	G-A	G
ఏ	క	మై		సా	షొం		గ	ప	డి		స	ర్వే	శ్వ	రు	ని		గొ	ని	యా	డ	రే

Repeat the same pattern as above.

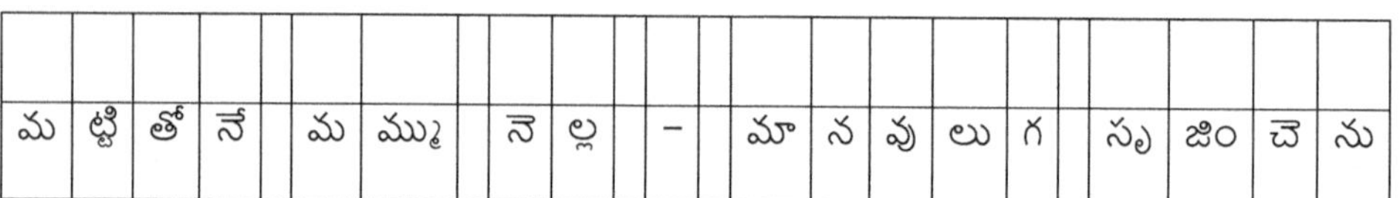

మ	ట్టి	తో	నే	మ	మ్ము	నె	ల్ల	–	మా	న	వు	లు	గ	స్న	జిం	చె	ను

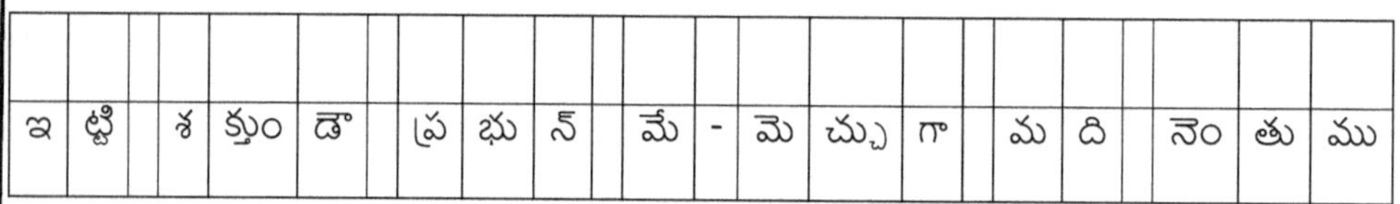

ఇ	ట్టి	శ	క్షుం	డో	ప్ర	భు	న్	మే	-	మె	చ్చు	గా	మ	ది	నెం	తు	ము

Ref: https://www.youtube.com/watch?v=mrWjvtgPK4U

https://learningmusic.ableton.com/advanced-topics/modes.html

14. జంట తేనె ధారలకన్న

Note : In C scale

Bb is where this song deviates from the scale a bit. Again, that is melody to this song.

C	D	E	D		C	D	C	A3	G3		G3	D		D	D	D		D	E	D
జం	టె	తే	నె		ధా	ర	ల	క	న్న		యే	సు		నా	మ	మ ే		మ	ధు	రం

C	E	D		C	B3	A3	G3		G3		D	D	C	C
యే	స	య్యా		స	న్ని	ధి	నే		మ	రు	వ	జా	ల	ను

F	F	F		F	F	F		F	E-D	E	E		E	E	D-C
జీ	వి	త		కా	ల	మం	తా		ఆ	న	దిం	చె	దా		

B3	B3	C		D		E	D	D		C	C
యే	స	య్య	నే		ఆ	రా	ధిం	చె	దా		

G	G	G		F	G	F-E		C	C		F	E	E	D	D
యే	స	య్య		నా	మ	మే		బ	హు		పూ	జ్య	నీ	య	ము

C	F		G	G		G	G	G		C		C	F	E		D	D		C		C
నా	పై		ద్ర	ష్టి		ని	లి	పి		సం		తు	ష్టి	గ		న	ను		ఉం		చి

G	G		G	G	A-Bb		A	G		G		D	G	F	G		
న	న్నెం	త	గా	నో		దీ	విం	చి		జీ	వ	జ	ల	పు		

E	D	D	D		D	E	D	E	D	C	C
ఊ	ట	ల	తో		ఉ	జ్జి	విం	ప	జే	సె	నే

Ref: https://www.youtube.com/watch?v=43Zy0OhIfs4

15. మంగళమే యేసునకు

Note : In C Scale

Bb is the deviation in the song to the scale, causing melody.

Charam will follow the same tune as Pallavi.

G	G	G	C5		B	A	A	G		G	A	Bb	Bb	A	G	F	E
మం	గ	ళ	మే		యే	సు	న	కు		మా	ను	జా	వ	తా	రు	న	కు

E	F	G	G	A-G	F	E	D
మా	ను	జా	వ	తా	రు	న	కు

C	D	G	F	E	D	D	C
మా	ను	జా	వ	తా	రు	న	కు

C-D-E	DEF			E	F	G	A	G
శ్రం	గా	ర		ప్ర	భు	వు	న	కు

B	B	B	B	B	B		A-B	C5	D5	C5
క్షే	మా	ధి	ప	తి	కి		మం	గ	ళ	మే

Ref: https://www.youtube.com/watch?v=BZrPjpRNeNU

16. శ్రీ యేసుండు జన్మించె రేయిలో

Note: In C Scale

C-D		E	E	E		E	E	E			D	E-F	E
శ్రీ		యే	సుం	డు		జ	న్మిం	చె			రే	యి	లో

C	B3		C		D	D		C	D	E	E		D	D	C
నే	డు		పా		య	క		బె	త్లె	హే	ము		ఊ	రి	లో

C-D		E	E	E		E	E	E	E		D	D	E	F	E
ఆ		క	న్ని	య		మ	రి	య	మ్మ		గ	ర్భ	మం	దు	న

C	B3-C	D	D	D-C	D	E		D	E	D	C	C
ఇ	మ్మా	ను	యే	ల	నె	డి		నా	మ	మం	దు	న

Ref: https://www.youtube.com/watch?v=aKoLEiLWxsQ

Note: In C Scale

E	F	E	D	C	B3		C	C	D	E	F	G
యూ	దా	రా	జ	సిం	హం		తి	రి	గి	లే	చె	ను

G	C5	C5		C5	B	C5			D5	C5	C5		G		A		G-F	E	F-G
తి	రి	గి		లే	చె	ను			మృ	తి	ని		గె		లి	చి	లే	చె	ను

E	F	E	D	C	B3		C	E	E	F	G
యూ	దా	రా	జ	సిం	హం		యే	సు	ప్ర	భు	వే

G	C5	C5	B	C5		B5	C5	C5		G	A		G-F	E	F-G
యే	సు	ప్ర	భు	వే		మృ	తి	ని		గె	లి	చి	లే	చె	ను

Same as above

యూ	దా		రా	జ	సిం	హం		తి	రి	గి	లే	చె	ను

న	ర	క	శ	క్తు	ల	న్నీ		ఓ	డి	పో	యె	ను

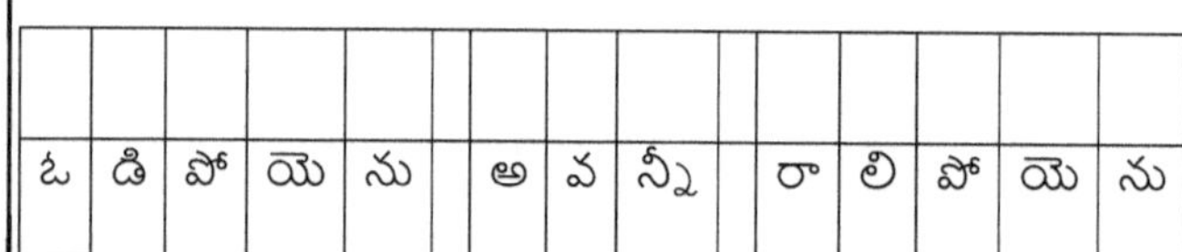

ఓ	డి	పో	యె	ను	అ	వ	న్నీ	రా	లి	పో	యె	ను

Ref: https://www.youtube.com/watch?v=rJw5vaMmM38

18. అందాల తార అరుదెంచె నాకై

Note: In F scale

C	D	C		F	F		C		D	C		F	F		C	D	C	Bb3-A3	Bb3	C	F-E-D
అం	దా	ల		తా	ర		అ	రు	దెం	చె		నా	కై		అం	బ	ర	వీ	ధి	లో	

E	E	E	E	D	CC		D	D	D		Bb3-A3	A3-Bb3		C	C	C	A	G	F
అ	వ	తా	ర	మూ	ర్తి		యే	స	య్య		కీ	ర్తి		అ	వ	ని	చా	టు	చున్

A	A	A#	C5	C5	A	A	A#	C5	C5	C5	D5	C5	G	A	A#
ఆ	నం	ద	సం	ద్ర	ము	ప్పొం	గె	నా	లో	అ	మ	ర	కాం	తి	లో

A	A#	C5	C5	C5	A	G	G	A	A#	A	G	F	F	G	A	D	E	F
ఆ	ది	దే	వు	ని	జూ	డ	అ	శిం	ప	మ	న	సు	ప	య	న	మై	తి	మి

E	D	C
Filler to Intro		

Same as above.

విశ్వాసయాత్ర - దూరమెంతైన - విందుగా దోచెను

వింతైన శాంతి - వర్షంచెనాలో - విజయపథమున

విశ్వాలనేలెడి - దేవకుమారుని - వీక్షించు దీక్షలో

విరజిమ్మె బలము - ప్రవహించె ప్రేమ - విశ్రాంతి నొసగుచున్

Ref: https://www.youtube.com/watch?v=6r6Jom5JXl4

19. ఇదిగో దేవా నా జీవితం

Note: In C scale. Bb is the note deviating from the C Major scale. This scale is also called C – Mixolydian scale. https://learningmusic.ableton.com/advanced-topics/modes.html

C	C	E		F	E		C		Bb3	C	E
ఇ	ది	గో		దే	వా		నా		జీ	వి	తం

C	E	E	F	E	C		D	Bb3	Bb3	C		C5	C5	C5		C5-D5-C5		Bb	Bb	A
ఆ	పా	ద	మ	స్త	కం		నీ	కం	కి	తం		శ	ర	ణం		నీ		చ	ర	ణం

Bb	Bb	Bb	A-G-F	A	G	G	F	E	D	C
చ	ర	ణం	నీ	చ	ర	ణం				

C5	C5	C5	C5		C5		D5	C5	Bb	A	G	
ప	లు	మా	ర్లు		వై	దొ	ల	గి	నా	ను	నీ	

Bb	Bb	Bb	Bb		A	A	G	F	A	G
ప	ర	లో	క		ద	ర్శ	న	ము	నుం	డి

C5	C5	C5	C5		C5		C5	D5C5		Bb		A	A
వి	లు	వై	న		నీ		ది	వ్య		పి	లు	పు	కు

G	Bb	Bb	Bb	Bb	A	G	F	A	G
నే	త	గి	న	ట్లు	జీ	విం	చ	నై	తి

E	F	F	E	D	C	E	Bb3	Bb3	C	C	E	E	D	C
అ	యి	నా	నీ	ప్రే	మ	తో	న	న్ను	ద	రి	చే	ర్చి	నా	వు

E	F	F	E	D	D	C	E	E	Bb3	Bb3-C	E	E	D	C	C
అం	దు	కే	గై	కొ	ను	ము	దే	వా	ఈ	నా	శే	ష	జీ	వి	తం

Ref: https://www.youtube.com/watch?v=S6C_BXbpLEo

20.శుభవేళ – స్తోత్రబలి

Note: In Cm Scale

B doesn't belong to the scale and is present though.

C	C	Eb	G	G	Ab	G	F	D	D	Eb	F	D	Eb	D	C
శు	భ	వే	ళ	స్తో	త్ర	బ	లి	తం	డ్రీ	దే	వా	నీ	కే	న	య్యా

C	Eb	F	G	G	Ab	G	F	D	D	Eb	F	D	Eb	D	C
ఆ	రా	ధ	న	స్తో	త్ర	బ	లి	తం	డ్రీ	దే	వా	నీ	కే	న	య్యా

C5	B	C5	D5	D5	Eb5	D5	C5
తం	డ్రీ	దే	వా	నీ	కే	న	య్యా

C5	C5	C5	Eb5	Eb5	D5	C5-Eb5	D5-C5	C5	Eb5	D5	Ab	C5
ఎ	లె	ష	డ్డా	య	ఎ	లె	ష	డ్డా	య	స	ర్వ	శ	క్తి	మం	తు	డా

C5	C5	G	G	F	G	Ab	Eb	F	G	Eb	D	C
స	ర్వ	శ	క్తి	మం	తు	డా	ఎల్	ష	డ్డా	య	ఎల్	ష	డ్డా	య

Ref: https://www.youtube.com/watch?v=fUEFqSfcLAg

Note: In E Scale

B3	C#	C#	B3	E	D#	E	G#-F#-E		D#	D#	E	F#		B	A	G#	G#
ఆ	రా	ధ	న	కు	యో	గ్యు	డా		ని	త్య	ము	స్తు	తి	యిం	చె	ద	ను

B3	C#	C#	B3	E	D#	E	G#	F#	E	D#	D#	D#	E	F#	F#
నీ	మే	లు	ల	ను	మ	రు	వ	క	నే	ఎ	ల్ల	ప్పు	డు	స్తు	తి

F#	E	D#	E	G#	A	G#	G#	F#-E	D#	F#	D#	E
పా	డె	ద	ను	ఆ	రా	ధ	న		ఆ	రా	ధ	న

B3	E	E	D#	C#	D#	E	F#	D#-E	B3	E	E	D#	C#
నీ	మే	లు	ల	కై	ఆ	రా	ధ	న	నీ	దీ	వె	న	కై

D#	E	F#	D#-E	G#	A	G#	G#	F#-E	D#	E	F#	D#-E
ఆ	రా	ధ	న	ఆ	రా	ధ	న		ఆ	రా	ధ	న

B3	B3	E	E	G#	E	E	D#	C#-D#	C#
ది	న	మె	ల్ల	నీ	చే	తు	లు	చా	పి

C#-B3	B3	F#	F#	F#	B	B	C#5	A	G#	G#
నీ	కౌ	గి	లి	లో	కా	పా	డు	చుం	టి	వే

G#	A	A	G#	A	A	F#	E	E	E	D#
నీ	ప్రే	మ	నీ	జా	లి	నీ	క	రు	ణ	కై

B3	C#	B3		F#	F#	F#	F#	G#	A	G#	F#	E	E
నా	హూ	ర్ల		హృ	ద	య	ము	తో	స	న్న	తిం	తు	ను

Ref: https://www.youtube.com/watch?v=JdRoQmHCXiw

22. బంగారం అడుగలేదు

Note: In C scale

E	E	D		F	F	F	F	D		E	E	C		D	D		C	D
బం	గా	రం		ఆ	డు	గ	లే	దు		ప	జ్రూ	ల్ని		అ	డు	గ	లే	దు

E	E		D		F		F	D	E
హృ	ద	యా	న్ని		అ	ది	గా	డ	య్యా

E	E		D		F	F	F		D	E	E		C		D	D		C	D
ఆ	స్తు	ల	ను		అ	డు	గ	లే	దు	అం	త	స్తు	లు		అ	డు	గ	లే	దు

E	E	E	D		F	F		F	D-E
హృ	ద	యా	న్ని		అ	ది	గా	డ	య్యా

G	G	G	C5	B		A	A	A	F
మ	ను	ష	ల	ను		చే	సా	డ	య్యా

F		F	C5	B		G	G		F	G
ఈ		లో	కా	న్ని		ఇ	చ్చా	డ	య్యా

G-B	C5	B-D5	B-C5		G-B	C5	B-D5	B-C5
నా	యే	స	య్యా		నా	యే	స	య్యా

G-B	C5	B-D5	E5-C5		G	F-E	D	D	B3-C
నా	యే	స	య్యా		నా		యే	స	య్యా

Ref: https://www.youtube.com/watch?v=fT7mmoHcg-c

23.ప్రభు సన్నిధిలో

Note: In Gm Scale

D	D	D#	F	F	G		A#	A	A#-A	G		A#	A	A#-A	G		F	D#	F-D#	D
ప్ర	భు	స	న్ని	ధి	లో		ఆ	నం	ద	మే		డ	ల్లా	స	మే		అ	ను	ది	నం

D	D	D#	F	G		A#	A	A#-A	G		A#	A	A#-A	G		F	D#	F-D#	D
ప్ర	భు	ప్రే	మ	లో		ని	స్వా	ధ	మే		వా	త్స	ల్య	మే		ని	రం	త	రం

C	D	D	D#		D	D#	D#	F
హొ	ల్లె	లూ	యా		హొ	ల్లె	లూ	యా

C	D	D	D#	D	C		Bb3	C	C	D
హొ	ల్లె	లూ	యా	ఆ	మే	న్	హొ	ల్లె	లూ	యా

G	G	G	G		G	G		G	A	A	A	G	F
ఆ	కా	శ	ము		కం	టె		ఎ	త్రి	న	ది		

F	F	F	F		F	D	C		G	G		A	A	A#
మ	న	ప్ర	భు		యే	సు	ని		కృ	పా		స	న్ని	ధి

G		G	G	D5		D5	D5	D5		G	G	D5	C5		C5
ఆ		స	న్ని	ధే		మ	న	కు		జీ	వ	మి	చ్చు		ను

F	F	F	C5	C5		C5	C5		A#	C5	A#	A		G
గ	మ్మ	ము	న	కు		చే	ర్చి		జ	య	మి	చ్చు		ను

Ref: https://www.youtube.com/watch?v=4zmLdREDkxQ

24. సదాకాలము నీతో నేను

Note: In F Scale

C	A#	A	G	A	A-G-F	E	F-G		E	C		C	A#	A	G	A		F	E	G 1st time
స	దా	కా	ల	ము		నీ	తో		నే	ను		జీ	విం	చె	ద	ను		యే	స	య్య
C	A#	A	G	A	A-G-F	E	F-G		E	C		C	A#	A	G	A		F	E	F 2nd time

A	A	A#		A	G	A		G	F	G		A-G	E	F-E-D
యే	స	య్యా		యే	స	య్యా		యే	స	య్యా		యే	స	య్యా
A	A	A#		A-G	C5	A		G	F	G		A-G	E	F-E-D

C5	F5	E5		D5	D5	C5		A	A#	D5		D5		D5	C5
పా	పా	ల		డూ	భి	లో		ప	డి	యు		న్న		న	న్ను

G		G	G	C5		C5	A#		A#	C5	A#	A
నీ		ప్రే	మ	తో		న	న్ను		లే	పా	వ	య్యా

A		A#	C5	D5	C5		A#	A		G		A	A#	C5
ఏ		తో	డు	లే	ని		నా	కు		నా		తో	డు	గా

G		G	G	C5		A#	A		G	A	G	E	F
నా		అం	డ	గా		నీ	వు		ని	లి	చా	వ	య్యా

Ref: https://www.youtube.com/watch?v=FYz7NxtzR6U

25. యేసు రక్తమే జయము జయమురా

Note: In C Scale

B3	B3		D#	D-E	D		A3	A3	A3		C#	C#	C#	B3
యే	సు	ర	క్ష	మే			జ	య	ము		జ	య	ము	రా

B3	B3			D#	D-E	D		A3	A3	A3		C#	C#	C#	B3
సి	లు	వ	ర	క్ష	మే			జ	య	ము		జ	య	ము	రా

B3	B3	B3		A3	A3	A3		G3	G3	G3	F#3
దై	ర్యా	న్ని		శౌ	ర్యా	న్ని		నిం	పె	ను	రా

B3		B3	B3		C#	C#	C#			D		E		D	C#	B3
త	న	ప	క్ష	ము	ని	ల	బ	డి	న	గె	లు	పు		నీ	దే	రా

F#	F#	F#	F#	G	F#		F#	F#	F#	F#	E	F#	E – D		F#	F#	
బ	ల	హీ	ను	ల	కు		బ	ల	మై	న	దు	ర్గ	ము		ము	క్తి	

F#	G		F#	E	F#
యే	సు		ర	క్ష	ము

Repeat same as above																							
వ్యా	ధి		బా	ధ	ల	కు		వి	డు	ద	ల		క	లి	గిం	చు	ను		–		స్వ	స్థ	త

Repeat same as above				
యే	సు	ర	క్ష	ము

D5	D5	C#5	B	B	B	G	A		B	G	Gb
శాం	తి	కి	స్తా	వ	రం	శ్రీ	యే	సు	ని	ర	క్షం

Repeat same as above										
నీ	తి	కి	క	వ	చం	ప	రి	శు	ద్ధు	ని	ర	క్షం

F#5	F#5	F#5	F#5	E5	D5		C#5	D5	F#5
మృ	త్యు	వు	నే	గె	లు	చు	ర	క్ష	ము

F#5	F#5	F#5	E5	D5	C#5	D5	B
పా	తా	లం	మూ	యు	ర	క్ష	ము

F#5	F#5	F#5	F#5	D5	D5	E5	F#5
న	ర	కా	న్ని	బం	ధిం	చి	న

F#	F#	F#	F#	D	D	Db	D	C#	B	C#	D	E	F#
జ	య	శీ	లి	అ	ధి	ప	తి	రా	రా	జు	యే	స	య్యే

Ref: https://www.youtube.com/watch?v=thQ3sybeL-0

Note: In B Scale

F#	F#	F#	F#	F#	G#	F#	E	E	E	E	E	E	F#	E	E-D#-E-F#
ఎం	త	పె	ద్ధ	పో	రా	ట	మో	అం	త	పె	ద్ధ	వి	జ	య	మో

B3	B3	B3	B3	B3	C#	D#	C#	B3-A#3	A#3	A#3	A#3	A#3	A#3	B3	C#	B3
పో	రా	డ	తా	ను	ని	త్య	ము	వి	జ	య	మ	నే	ది	త	ధ్య	ము

F#	F#	F#	F#	F#	F#	F#	F#	F#	G#	G#	E
వా	క్య	మ	నే	ఖ	ధ	ము	ను	ఎ	త్తి	ప	ట్టి

C#-E	E	E	E	E	E	E	E	E	F#	F#	D#
వి	శ్వా	స	మ	నే	డా	లు	ని	చే	త	ప	ట్టి

B3	B3	B3	B3	B3	C#	D#	C#
ముం	దు	కే	దూ	సు	కె	ల్లె	ద న

B3	A#3	A#3	A#3	A#3	A#3	B3	C#	B3
యె	హొ	వా	దే	యు	ధ	మ	ను	చు

Ref: https://www.youtube.com/watch?v=cXuhZhyKmHo

Note: In A Scale

A	A	G#	A	B	C#5	A	A	G#	A	B	C#5
ఆ	శ్చ	ర్య	క	రు	డు	ఆ	లో	చ	న	క	ర్త

A	A	G#	A	B	E5	C#5	A	G#	F#	F#	E
ని	త్యు	డ	గు	తం	డ్రి		బ	ల	వం	తు	డు

A	A	G#	A	B	C#5	A	A	A	G#	G#	A	B	C#5
లో	కా	న్ని	ప్రే	మిం	చి	త	న	ప్రా	ణ	ము	న	ర్పిం	చి

A	A	A	A	E5	C#5	A		G#	F#	F#	E
తి	రి	గి	లే	చి	న	పు	న	రు	ధా	ను	డు

E	F#	G#		A	B	A	E	E	E	F#	G#		A-B	A	E
రం	డి	మ	న	హృ	ద	యా	ల	ను	ఆ	య	న	కు	అ	ర్పిం	చి

E	F#	G#	A	B		A	E	E	D5	C#5	B	A	B	E5
ఆ	త్మ	తో	స	త్య	ము	తో	ను	ఆ	రా	ధిం	చె	ద	ము	

A	D5	E5	C#5	B	A
ఆ	రా	ధిం	చె	ద	ము

A	A	G#	A	B	C#-G#	F#	E		E	F#	E	F#		F#		B3	B3	E	E
ఆ	రా	ధ	న	ఆ	రా	ధ	న		యే	స	య్య	కే		ఈ		ఆ	రా	ధ	న

A	A		G#	A		B	C#	G#	F#	E	E			F#	E	F#
ప	రి	శు	ద్ధు	డు		ప	రి	శు	ద్ధు	డు	మ	న		దే	వు	డు

G#	A	B	B	E5	D5-C#5
అ	తి	శ్రే	ష్ఠు	డు	

A	A	G#	A	B	C#5-G#	F#-E		E	F#	E		F#	B3	B3	E	E
రా	జు	ల	కే	రా	రా	జు		ఆ	ప్ర	భు	వు	నే	హూ	జిం	చె	దం

A	A	G#	A	B	C#5	G#	F#-E	E	F#	E	F#	G#	A	B	E5
హ	ల్లె	లు	యా	హ	ల్లె	లు	యా	హ	ల్లె	లు	యా	హ	ల్లె	లు	యా

Ref: https://www.youtube.com/watch?v=hBjHErlwLw4

28. ఉత్సాహ గానము చేసెదము

Note: In Fm scale

F	F	D#		F	D#-C	D#		F	F	D#	F
ఉ	త్సా	హ		గా	న	ము		చే	సె	ద	ము

F	C5	A#	A#		G#	G	F	D#		C	C	C	C	G#	G	F
ఘ	న	ప	ర	చె	ద	ము	మ	న		యే	స	య్య	నా	మ	ము	ను

G#	A#	C5	C5		C5	C#5	G#		A#	A#
హ	ల్లె	లూ	య		యె	హౌ	వ		రా	ఫా

G	G#	A#	A#		A#	C5	G		G#	F
హ	ల్లె	లూ	య		యె	హౌ	వ		ష	మ్మా

F	G	G#	G#		G#	A#	C5		A#	A#
హ	ల్లె	లూ	య		యె	హౌ	వ		ఈ	రే

F	D#	G	G		G	G#	D#		F	F	
హ	ల్లె	లూ	య		యె	హౌ	వ		షా	లో	మ్

C	G#	G#	G	F	C		C	C#	C	A#3	A#3
అ	మూ	ల్య	ము	లై	న		వా	గ్దా	న	ము	లు

D#	D#	D#	D#	D#	F		C#	C#	C
అ	త్య	ధి	క	ము	గా		డు	న్న	వి

C5	C5	A#		A#	G#	A#		A#	A#	G#	G	F	D#
వా	టి	ని		మ	న	ము		న	మ్మి	న	యె	డ	ల

C	C	C	G	G	G	G		G	G	G	G#	G	G	F
దే	వు	ని	మ	హి	మ	ను		ఆ	ను	భ	విం	చె	ద	ము

Ref: https://www.youtube.com/watch?v=nyJf6Yyxu1s

29. నిను స్తుతించినా చాలు

Note: In D scale

D	D		D	F#	E	G		F#	D		D		D	E	D		C#	C#	D	E
ని	ను		స్తు	తిం	చి	నా		చా	లు		నా		బ్ర	తు	కు		ది	న	ము	లో

D	D		D	F#	E	G		F#	D		D		D	E-D		C#	C#	D
ని	ను		పొ	గి	డి	నా		చా	లు		నా		గుం	డె		గు	డి	లో

A	A		F#	A	A		A		A	A	C#5	C#5	D		C#5	B	A
ఉ	న్నా		లే	కు	న్నా		నా		స్థి	తి	గ	తు	లే		మా	రి	నా

A	A	B	B	G		G	A	A	F#		E	E	F#	G		F#	D
నీ	స	న్ని	ధి	లో		ఆ	నం	దిం	చే		భా	గ్య	ము	న్నా		చా	లు

A	A	A	A		A	A	A	A		A	C#5	C#5	D5
స్తు	తు	ల	కు		పా	త్రు	డ	వు		నీ	వే	న	య్యా

A	A	B	A	G	F#-E	E	F#	G	F#
స్తో	త్రా	ర్థు	డ	వు		నీ	వే	న	య్యా

A	A	A	A		A	F#	E	E	G	F#	E-D
నీ	వే	న	య్యా		నా	కు	నీ	వే	న	య్యా	Filler

30.చేయి పట్టుకో నా చేయి పట్టుకో

Note: In C Scale. A# not part of scale and a slight deviation, in this song.

G	G		F	F	E		E		E	F		F	E	D
చే	యి		ప	ట్టు	కో		నా		చే	యి		ప	ట్టు	కో

C-B3	B3	C	E	D		C		B3	B3	C	E		D	C
జా	రి	పో	కుం	డా		నే		ప	డి	పో	కుం		డా	

B3	B3		C		E	D		D	C	C
యే	సు		నా		చే	యి		ప	ట్టు	కో

G		G	F		F	E		E	F-G	A		A	G	A
కృం		గి	న		వే	ళ		ఓ	దా	ర్చు		నీ	వే	గా

E	E		F	F	E	E	D		D-E		F	A		A	G	G
న	ను		ధై	ర్య	ప	ర	చు		నా		తో	డు		నీ	వే	గా

E5	E5	E5	D5	D5		C5		G		G		A	A#	A	A
మ	రు	వ	గ	ల		నా		నీ		మ	ధు	ర	ప్రే	మ	ను
E5	E5	E5	D5	F5-E5		C5		G		G		A	A#	A	A
మ	రు	వ	గ	ల		నా		నీ		మ	ధు	ర	ప్రే	మ	ను

B		B		C5		D5	C5	E5		D5	C5
యే		సు		నా		జీ	వి	తాం		త	ము

G		G		D		D	E	F		E	E		F	G
యే		సు		నా		జీ	వి	తాం		త	ము		Filler	

Note: In D Scale

D-E	F#	F#	F#	E		D-E	F#	G	F#	E	D	E
నా	తం	డ్రి	నీ	వే		నా	దే	వు	డ	వు	నీ	వే

D-E	F#	F#	G	E		D-E	D
నా	తం	డ్రి	నీ	వే	-	నీ	వే

A	C#5	D5	A	C#5	D5	A	C#	D	A	B	A
యే	స	య్య	యే	స	య్య	యే	స	య్య	యే	స	య్య

A	A	A	A	A	F#	E		E	D	E
నా	అ	డు	గు	లు	త	ప్ప	ట	డు	గు	లై

Same order of notes as above.

న	డి	చి	న	నా	ప్ర	తి	మా	ర్గ	ము

A	A	A	D5	E5	C#5	B	A
స	రి	చే	యు	నా	తం	డ్రి	వి

A	A	D5	D5	E5	E5	D5	D5	A	A
ప	గ	లు	ఎం	డ	దె	బ్బ	యై	న	ను

Same order of notes as above.								
రా	త్రి	వె	న్నె	ల	దె	బ్బ	యై	న	ను

A	A	D5	D5	E5	E5	D5	G5	F#5	E5
త	గు	ల	కుం	డ	కా	చే	నీ	ప్రే	మ

Ref: https://www.youtube.com/watch?v=KolwijvlbCI

32. జీవమా యేసయ్యా

Note: In Em Scale

G	F#	G	G	B	G	G	F#	E	D	D	E-D-C	C	C	C	G-F#	F#	D-E
జీ	వ	మా	యే	స	య్యా	ఆ	త్మ	తో	నిం	పు	మా	అ	భి	షే	కిం	చు	మా

B	B	A	B	B	A	B	D5	C5-B-C5	A	A	G	
స్తో	త్ర	ము	స్తో	త్ర	ము	యే	స	య్యా	స్తో	త్ర	ము	

A	A	G	A-C5	B-A	B
స్తో	త్ర	ము	యే	స	య్యా

G	G	F#	G	G	F#	G	B	A-G-F#	F#	F#	F#	F#-A	G	F#-E
స్తో	త్ర	ము	స్తో	త్ర	ము	యే	స	య్యా	స్తో	త్ర	ము	యే	స	య్యా

Same as above

ఆ	రా	ధ	న	ఆ	రా	ధ	న	ఆ	రా	ధ	న	నీ	కే	ఆ	రా	ధ	న	ఆ	రా	ధ	న	ఆ	రా	ధ	న	నీ	కే

B	B	B	A	B	A	B	D5	C5	B	C5	A	A	A	A	D5	C5	C5	B
మే	డ	గ	ది	మీ	ద	అ	పొ	స్తు	ల	పై	కు	మ్మ	రిం	చి	నా	త్మ	వ	లె

A	A	A	A	B	A	A	G	F#	F#	F#	F#	F#	F#	A	G	F#	E
ప	రి	శు	ద్ధాత్మ	గ్ని	జ్వా	ల	వ	లె	నీ	ప్రే	మ	ను	కు	మ్మ	రిం	చు	ము

Ref: https://www.youtube.com/watch?v=clyzPUdJ2xo

33. యేసే నా పరిహారి

Note: In C Scale

E	E		D		C	C	B3-C	D
యే	సే		నా		ప	రి	హా	రి

D	E		F	F		F		E	D	C-D	E
ప్రి	య		యే	సే		నా		ప	రి	హా	రి

E-F		G	G	G		C	D	C	B3
నా		జీ	వి	త		కా	ల	మె	ల్ల

B3	C		D	D	D		F		E	E	D	C
ప్రి	య		ప్ర	భు	వే		నా		ప	రి	హా	రి

E	F		G	G	G		G	G	C5	B	A
ఎ	న్ని		క	ష్టా	లు		క	లి	గి	న	నూ

D	E		F	F	F		F	A	A	G
న	న్ను		కృం	గిం	చె		భా	ద	లె	న్నో

E	F		G	G	G		C	D	C	B3
ఎ	న్ని		న	ష్టా	లు		వా	టి	ల్లి	నా

B3	C		D	D	D		F		E	E	D	C
ప్రి	య		ప్ర	భు	వే		నా		ప	రి	హా	రి

Ref: https://www.youtube.com/watch?v=cV1K70hK370

34. యేసు వంటి సుందరుడు

Note: In F Scale

F	F	F	G	A	A	G	F	G	G	F	F	D	D	C
యే	సు	వం	టి	సుం	ద	రు	డు	ఎ	వ్వ	రు	ఈ	భు	వి	లో

F	F	F	G	A	A	G	F	G	G	F	E	F
ఎ	న్న	డు	నే	చూ	డ	లే	దు ఇ క	చూ	డ	బో	ను	గా

C5	C5-D5-C5	A	A	G	A	G	F	C5	D5	C5	A	G	A	G	F
ప	రి	పూ	ర్ల	సుం	ద	రు	డు	భు	వి	లో	న	జీ	వి	త	ము న కు

F	F	F	G	A	A	G	F	G	G	F	F	D	D	C
నీ	వే	చా	లు	వే	రే	వ్వ	రు	నా	దు	ప్రి	య	యే	స	య్య

F	F	F	G	A	A	G	F	G	G	F	E	F
మ	ట్టి	కో	సం	మా	ణి	క్య	ము ను	వి	డి	చి	పె	ట్ట ను

G	F	F	F	F	G	A	A	G	F	G	G	F	E	F
పా	డు	మ	ట్టి	కో	సం	మా	ణి	క్య	ము ను	వి	డి	చి	పె	ట్ట ను

Follow same pattern as above.

ప	రి	పూ	ర్ల	సుం	ద	రు	డు	ర	క్షిం	చు	కొం	టి	వి

న	న్ను	సం	పూ	ర్ల	ము	గా	న	న్ను	నీ	కు	అ	ర్పిం	చె	ద	ను

Ref: https://www.youtube.com/watch?v=nMxlyPLPGoQ

Note: In F scale

A	A	A	G	A		A	A	G	A		A	A		C5	C5		D5	C5-A#
జ	య	ము	ని	చ్చు		దే	వు	ని	కి		కో	ట		కో	టి		స్తో	త్రం

G	G	F	G	E-F		G	G		G	G	F	G		C5	C5	A#	A		G		A-G	F
జీ	వ	మి	చ్చి	న		యే	సు		రా	జు	న	కు		జీ	వి	త	మం		త		స్తో	త్రం

A	A	A	G		A	A	A	G		C5	D5	A#
హా	ల్లె	లూ	య		హా	ల్లె	లూ	య		పా	డె	దం

G	G	F		G	G	G		C5	A#	A
ఆ	నం	ద		ధ్వ	ని	తో		సా	గ	దమ్

A	A	C5		D5	A#		G	G		C	C	A#	A
నీ	తి	క	ర	ము	చే		తా	కి		న	డు	పు	ను

F5	F5	F5	E5		D5	E5		C5	C5	C5		A#	C5	A#	A	G	F
దే	వు	డే	మా		బ	లం		దే	ని	కి		భ	య	ప	డం	Filler	

Ref: https://www.youtube.com/watch?v=ETLwI2bjBRg

Note: In C Scale. One note deviates from the scale, just once. Spot the odd one out ! ☺

C	C	D	E		D-E-D	C	B3	D		C	C	D	E	D-E-D		C	B3	C
స	మ	య	ము		పో	నీ	య	క		సి	ధ	ప	డు	మా		సం	ఘ	మా

C	C	D	C		C	C	B3		C	C	D	C		C	B3	C
సి	ద్ధి	ల	లో		నూ	నె	ను		సి	ద్ధ	ము	గ		చే	సు	కో

B3	B3	C		A3	A3	G3	F3	G3
రా	రా	జు		రా	నై	యు	న్నా	డు

B3	B3	C		D	D	C	B3	C
వే	గ	మే		తీ	సు	క	ళ్లా	డు

E	E		D	E		F	F	E	E
కా	లం		బ	హు		కొం	చ	మే	గా

E	E		D	E		F	F	E	E
నీ	కె		ప్ర	భు		వే	చె	ను	గా

C	C		C	C	D	A#3		A3	C	C	C
జౌ	గు		చే	సె	నే	మొ		నీ	కో	స	మే

C	B3	C	D		D	D	D	C
సి	ద్ధ	మే	నా		ఇ	క	నై	నా

C	C	D		D	D		D	D	D		B3	B3	A3	A3	G3
సం	ధిం	ప		యే	సు		రా	జు	ని		త్వ	ర	ప	డ	వా

Ref: https://www.youtube.com/watch?v=vkKZ6irUmqU

Note: In C Scale

C-D	E	E-E		G	F-E	D-C		B3	C-D		E	D	C
నా	దం	టూ		లో	కా	న		ఏ	దీ		లే	ద	య్యా

C	D	E	E		G-F	E		D-D		C	B3	C		C	D		E	D	C
ఒ	క	వే	ళ		ఉం	దం		టే		నీ	వి	చ్చ	న	దే		ప్ర	భు		వా

G	F		E	D-E		C	C	B3	C		E-D	C
నీ	దే		నీ	దే		బ్ర	తు	కం	తా		నీ	దే

B3	C		D	D		C	C	C
నా	కు		ఉ	న్న		సా	మ	ర్థ్యం

B3	C		D	D		C	C	C
నా	కు		ఉ	న్న		సౌ	క	ర్యం

B3	C		D	D		C	C	C
నా	కు		ఉ	న్న		సౌ	భా	గ్యం

B3	C		D	D		C	C	C
నా	కు		ఉ	న్న		సం	తా	నం

G	G	G	G		F	E	E		G	G	G	G	A	F	E	E
ఆ	ర	గిం	చే		ఆ	హా	రం		అ	ను	భ	విం	చే	ఆ	రో	గ్యం

D	D	D-C		B3-C	E	D	C
కే	వ	లం		నీ	దే	న	య్య

Ref: https://www.youtube.com/watch?v=egMjDpt2scM

Note: In C- Mixolydian mode.

C	C	C	E	F	E		C	C	C
భా	ర	త	దే	శ	మా		యే	సు	కే

C		C	C	C		E	F	E		C	A#3		C	C	C
నా		భా	ర	త		దే	శ	మా		ప్రి	య		యే	సు	కే

C	C		C		C		E	F	A	A	A		A-A#		A	G	G	
నీ	వు		సొం	తం			కా	వా	ల	న్న	దే		నా		ప్రా	ర్థ	నా	

C	C		C		C		E	F		A	A	A		G		C5	C5
ని	ను		సొం	తం	చే	యా	ల	న్న	దే		నా		ధ్యే	యం			

C5 1st time /E5 2nd time			C5	C5	C5	C5		C5	C5	C5	C5	C5	C5	C5		C5	C5	A#	A#
ఏ			సు	నా	మ	మే		జ	య	ము	జ	య	మ	ని		ఇ	హ	మం	త

A	A		G	C5	C5
మా	రు		ప్రొ	గా	లి

G	C5	C5	C5		C5	C5		C5	C5	C5		C5	C5	C5
ప	ని	చే	యు		చు	న్న		సా	తా	ను		శ	క్తు	లు

A#	A#	A		A	G		C5	C5	C5
ప	టా	పం	చ	లై		పో	వా	లి	

A	A	A		A	A	A		A-A#	C5	G	G		G	G	G		F	E	F
భా	ర	త		దే	శ	మా		నా		భా	ర	త		దే	శ	మా			

A	A	A		A	A	A	A		A	A#		C5	G		G	G	G
నా	ప్రి	య	యే	సు	ని	కే		నీ	వు		సొం	తం		కా	వా	లి	

A	A	A	A	A	A	A-A#	C5	G	G	G	G	G	F	E	F
భా	ర	త	దే	శ	మా	నా	భా	ర	త	దే	శ	మా			

A	A	A	A	A	A	A	A#	C5	C5	C5	C5	C5	C5
ఉ	గ్ర	త	లో	నుం	డి	నీ	వు	ర	క్ష	ణ	పొం	దా	లి

C	C	E	E	F	E	C	A#	C	C	C	C	C	C
సృ	ష్టి	క	ర్త	నే	మ	ర	చి	భా	ర	త	దే	శ	మా

C	C	C	E	F	E		C		C	A#3	C	C	C	C	C	C
సృ	ష్టి	ని	పూ	జిం	చు	ట	త	గు	నా	నా	భా	ర	త	దే	శ	మా

C	A	A	A	A	A	A	A	A	A	A#	C5	G	G	G	G	G
ఈ	లో	క	ము	ను	సృ	ష్టిం	చి	న	ఏ	సే	భా	ర	త	దే	శ	మా

C	C	A	A	A	A	A	A	A	A	A	A	A#	C5	G	G	G	G	G
ని	ను	ర	క్షిం	చు	ట	కు	ప్రా	ణ	ము	పె	ట్టి	ను	భా	ర	త	దే	శ	మా

C5	C5	C5	C5	C5	C5	D5	E5	C5		C5	C5	C5	A#
భా	ర	త	దే	శ	మా		యే	సు	ని	చే	రు	మా	

C5	C5	C5	C5	C5	C5	C5	C5	C5	C5	C5	D5
నూ	త	న	సృ	ష్టి	గా	మా	ర్చ	బ	డు	దు	వు

E5	C5	C5	C5	C5	C5
భా	ర	త	దే	శ	మా

A	A	A	A	A	A	A#	C5	G	G	G	G	G	F-E-F
భా	ర	త	దే	శ	మా	నా	భా	ర	త	దే	శ	మా	

A	A	A	A	A	A	A		A	A#		C5	G		G	G	G
నా		ప్రి	య	యే	సు	ని	కే		నీ	వు		సొం	తం		కా	వా	లి

A	A	A		A	A	A		A#		C5	G	G		G	G	G	
భా	ర	త		దే	శ	మా		నా		భా	ర	త		దే	శ	మా	

A	A	A		A		A		A	A#		C5	C5	C5		C5	C5	C5
ఉ	గ్ర	త		లో		నుం	డి	నీ	వు		ర	క్ష	ణ		పొం	దా	లి

G	G	E5	D5	C5	C5	G5		G5	E5		D5	C5	C5
JE	SUS	HEAL	IN	DI	A	.....JE		SUS	SAVE		IN	DI	A

G	G	E5	D5–C5-C5		F5	F5-E5-E5
JE	SUS	BLESS	INDIA	..	MY	INDIA

39. ఏ తెగులు నీ గుడారము

G	G	G	B		B		G	A	G	E		G	G	B		A	G	A
ఏ	తె	గు	లు		నీ		గు	డా	ర	ము		స	మీ	పిం		చ	ద	య్య

G	G	G	B	B	A		G	A		G	E		F#	F#		A	F#	G
అ	పౌ	య	మే	మి	యు		రా	నే		రా	దు		రా	నే		రా	ద	య్య(2)

A	B	C5	C5	C5	C5		B	A	B		B	B	B
ల	ల	ల్లా	లౌ	ల	ల్లా		ల	ల	ల్లా		లౌ	ల	ల్లా

A	G	A	A	A	A		G	F#	G
ల	ల	ల్లా	లౌ	ల	ల్లా		ల	ల	ల్లా (2)

D5	D5	C5	B	B-C5		D5	D5	D5		C5	B
ఉ	న్న	త	మై	న		దే	వు	ని		నీ	వు

B	B	B	B	B		A	B-C5
ని	వా	స	ము	గా		గొ	ని

C5	C5	B	A	B		C5	B	A		A	B
ఆ	శ్చ	ర్య	మై	న		దే	వు	ని		నీ	వు

D5	D5	C5		B	B	A	A	G
ఆ	దా	య		ప	ర	చి	తి	వి (2)

 దేవా దృషించు మా దేశం

D	D	D	E	F#	B	B	A
దే	వా	దృ	షిం	చు	మా	దే	శం

D	D	D	D	D	D	E	F#	E	D	B3
న	శిం	చు	దా	ని	ని	బా	గు	చే	యు	ము

G	A	B	B	B	B	A	B	A	A	G	A
పా	ప	ము	క్ష	మిం	చి	స్వ	స్థ	ప	ర	చు	ము

G	A	B	B	B	B	B	D5	C#5	A-B	A
శా	ప	ము	తొ	ల	గిం	చి	దీ	విం	చు	ము

B	B	A	B	B	A-B	A	A	A	F#-D
తు	ఫా	ను	లై	నో	మా	పై	కొ	ట్ట	గా

B	B	A	B	B	C#5	D5	B	A	A
వ	ర	ద	లై	నో	ముం	చి	వే	య	గా

Repeat the two lines as above for below line.

పం	ట	ల	ని	పా	డై	పో	యే	క	ట్టి	క	క	ర	వు	ఆ	స	న్న	మా	యే

A	F#5	F#5	E5	E5	D5	C#5	D5	E5	B-A
దే	శ	పు	ని	ధు	లే	కా	లి	య	యే (2)

A#	A#	B	F#	E-F#	E-F#	E	D	D	D	D
బీ	ద	రి	కం	నా	ట్యం	చే	యు	చు	న్న	ది (దేవా)

41. దేవా నా యేసయ్య

D#5	E5	B		E5	D#5	C#5
దే	వా	నా		యే	స	య్య

C#	D#	A		C#	C#	B	
దే	వా	నా		ర	క్ష	కా	

G#	G#	A	A		G#	G#	G#	G#	F#
దే	వా	ని	న్ను		స్తు	తిం	చె	ద	ని

G#	G#	A	A		G#	G#	G#	G#	F#
దే	వా	ని	న్ను		కీ	ర్తిం	చె	ద	ను

B		E5	D#	E5		E5-D#5		E5	D#	E5		B	C#5-D#5
నా		ప్రా	ణ	ము		నా		స	ర్వ	ము		నీ	వే

B		E5	D#	E5		E5-D#5		E5	D#	E5		E5	F#5
నా		జీ	వ	ము		నా		గ	మ్య	ము		నీ	వే

42. ఈలాటిదా యేసు ప్రేమ నన్ను

C			G					C						Dm		F		
C-D	G	F	E		C	D	FE	DE	C		C	C		DF	D	F	A	A#
ఈ	లా	టి	దా		యే	సు		ప్రే	మ		న	న్ను		తూ	ల	నా	డ	క

				Dm						G
A	G	A		F	E		C	D	F	D
త	న	దు		జా	లి		జూ	పి	న	దా

ఎ	న	లే	ని		పా	ప	కూ	ప	ము	న	నే	ను		త	ని	కి

మి	ను	కు	చు	ను		నే		ద	రిఁ		గా	న	కు		డన్

క	ని	క	ర	ముఁ		బెం	చి		నా		యం	దు		వే	గఁ		గొ	ని

పో	వ		నా		మే	లు		కొ	ర		కిం	దు		వ	చ్చె

43. పరమ జీవము నాకు నివ్వ

Note : In G scale.

D	D	G	B	A	G-F#	E	E	G	F#
ప	ర	మ	జీ	వ	ము	నా	కు	ని	వ్వ

F#	F#	F#	A	G-F#	E	D	D	F#	F#	G
తి	రి	గి		లే	చె	ను	నా	తో	నుం	డ

B	B	A	AA	A	G	G	G	G	A	B	C5
ని	రం	త	ర	ము	న	న్ను	న	డి	పిం	చు	ను

F#	F#	F#	A	G	F#	E	D	D	F#	F#	G
మ	ర	ల	వ	చ్చి	యే	సు	కొ	ని	పో	వు	ను

D	F#	G	F#	E	E	E	E	E
యే	సు	చా	లు	ను	హ	ల్లె	లూ	య

F#	G		A	G	G
యే	సు		చా	లు	ను

D		G	G	B	A	B	A
యే		స	మ	య	మై	కై	న

A	A	A	B	B	C5	D5	C5	B	A	G
నా	జీ	వి	త	ము	లో	యే	సు	చా	లు	ను

D	G	G	B	A	G	F#	E	E	E	G	F#
సొ	తా	ను	శో	ధ	న		అ	ధి	క	మై	న

F#	F#	A	G	F#	E	D	D	F#	F#	G
సొ	మ్మ	సి	ల్ల	క	సా	గి	వె	ళ్ళ	ద	ను

B	B	A	A	G	G	G	G	A	B	C5
లో	క	ము	శ	రీ	ర	ము	లా	గి	న	ను

F#	G	A	G- F#	E	D	D	F#	F#	G
లో	బ	డ	క	నే	ను	వె	ళ్ళ	ద	ను

పచ్చిక బయలులో పరుండజేయున్ - శాంతి జలము చెంత నడిపించును

అనిశము ప్రాణము తృప్తిపరచున్ - మరణ లోయలో నన్ను కాపాడును ||యేసు||

నరులెల్లరు నన్ను విడిచినను - శరీరము కుళ్ళి కృశించినను
హరించినన్ నా ఐశ్వర్యము - విరోధివలె నన్ను విడచినను ||యేసు||

44.ఎడబాయని నీ కృప

Note : In Dm scale

D	F	A	A	A	A#	A	G-F	A	A	A	D5	D5	D5	D5	A	A#	A	G
ఎ	డ	బా	య	ని	నీ		కృ	ప	న	ను	వి	డు	వ	దు	ఎ	న్న	టి	కీ

A	A	D5	D5	D5	F5	D5	C5	A#
యే	స	య్యా	నీ	ప్రే	మా	ను	రా	గం

G	G		C5	C5	C5	A#	C5		A#	A
న	ను		కా	యు	ను	అ	ను		క్ష	ణం

D5	D5	D5	D5	E5	E5	F5	G5	G5	G5	E5	D5	D5	E5	C5
శో	క	పు	లో	య	ల	లో	క	ష్టా	ల	క	డ	గం	డ్ల	లో

C5	C5	E5	E5	E5	F5	D5	A#	A	A#	A#	F5	E5	E5	D5
క	డ	లే	ని	క	డ	లి	లో	ని	రా	శ	ని	స్పృ	హ	లో

A	A#	C5		A-G	G-F		C5		A#	A#	A
అ	ర్థ	మే		కా	నీ		ఈ		జీ	ప	తం

A	A	A	A#	C5	A		F5	E5	D5	D5	C5	A#
ఇ	క	వ్య	ర్థ	మ	ని		నే	న	ను	కొ	న	గా

A	D5		D5	D5	D5	D5	D5		E5	E5		E5	E5
కృ	పా		క	ని	క	ర	ము		గ	ల		దే	వా

C5		F5	F5	G5		E5	E5	D5	C5		E5	D5		D5	D5	D
నా		క	షా	ల		క	డ	లి	ని		దా	టిం		చి	తి	వి

Ref: https://youtu.be/08JpDzgYBG4

45. జంటె తెన కన్నా తీయనిది

G	A-B	D	C5	B	A	A	G	A
యే	సూ	అ	సా	ధ్య	డ	వు	నీ	వు

F#	G	A	A		A	B		A	A	G	F#		G
మ	ర	ణా	న్ని		జ	యిం		చి	న	వీ	రు		డ	వు

E	F#	G		G	A	G		F#	E	E	F#
స	ర్వా	న్ని		శా	సిం	చే		యో	ధు	డ	వు

F#	E		D#	D#		E	F#	F#	G
నీ	కు		సా	టి		లే	రె	వ	రు

Repeat same notes as above.

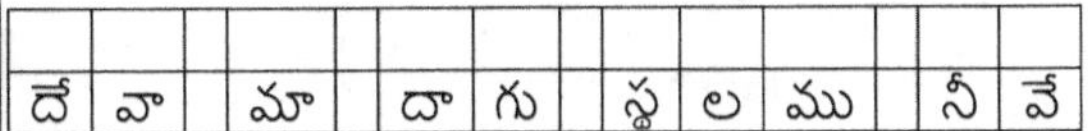

ర	క్ష	కా	నీ	వే	గా	మా	బ	ల	ము

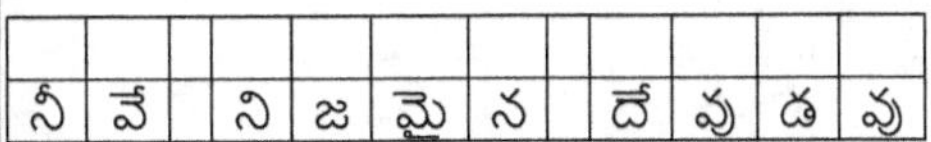

దే	వా	మా	దా	గు	ష	ల	ము	నీ	వే

నీ	వే	ని	జ	మై	న	దే	వు	డ	వు

				F#	G	G	E
ప్ర	ణ	మి	ల్లి	మొ	క్కె	ద	ము

G	A-B	D	D		B	B		B	A	A	B	C5	A
ఆ	కా	శ	ము		క	న్నా		వి	శా	ల	మై	న	ది

F#	G	A	D	D	A		A	G	G	B		A	G
వి	శ్వ	మం	త	టి	లో		వ్యా	పిం	చి	యు		న్న	ది

E	F#	G	E		G		G	G	G	A	B	F#		F#	E		D#		F#	G	E
ఊ	హ	ల	కం	ద	ని		ఉ	న్న	త	మై	న	ది		యే	సు		నీ		నా	మ	ము

Ref: https://youtu.be/Nrtmh4MoEbo

46. కుమ్మరి ఓ కుమ్మరి

F	G-F	A		A		G	F	E-G		C	E	F	G	A	A#	A
కు	మ్మ	రి		ఓ		కు	మ్మ	రి		జ	గ	తు	త్ప	త్తి	దా	రి

F	G	F		A	A	A		G-F		E	G		C	E	E		F	G	A	F
జి	గ	ట		మ	న్నై	న		నా		వం	క		చ	ల్ల	గ		చూ	డు	మ	య్యా

A	A#	C5	A	G-F		A	A#	D5	C5				A	A#	C5	D5	D#5	D5
ప	ని	కి	రా	ని		పా	త్ర	న	ని		–		పా	ర	వే	య	కు	మా

A#	A#		A	G	G		A	A#-D5	C5				G	A-A#		A	G	E-F
పొం	గి		పొ	ర	లు		పా	త్ర	గా		–		న	న్ను		నిం	పు	మా

F	G	F	G	G		G	F	E	G				C		E	F			G		A	A#	A
సు	వా	ర్త	లో	ని		పా	త్ర	ల	న్నీ		–		శ్రీ		యే	సు	ని		పొ	గ	డు	చుం	డ

F	G	F	G	G		G	F		E	G	
సా	క్షి	గా	నుం	డు		పా	త్ర	గ	జే	సి	

C	E	E	E		F	G	G		A	F
స	త్య	ము	తో		నిం	పు	ము		తం	డ్రి

Ref : https://youtu.be/RTJEaX2x1OU

47. మార్గము చూపుము ఇంటికి

G3	C	E		C	E	A		G	G	E-D-C			C	C-A3	A3	F3	A3	G3
మా	ర్గ	ము		చూ	పు	ము		ఇం	టి	కి		–	నా	తం	డ్రి	ఇం	టి	కి

Same as above.

మా	ధు	ర్య	ప్రే	మా	ప్ర	పం	చ	మో	–	చూ	పిం	చు	కం	టి	కి (2)

G	G	E	E	C	C		C	E		G	G	G	E	E		C	E
పౌ	ప	మ	మ	త	ల		చే	త	–	పౌ	రి	పో	యి	న		నా	కు

G	G	G		E	C	B3	F	F	F	F	D	B3	D
ప్రా	ష్టిం	చె		క్షా	మ	ము	ప	శ్చా	త్తా	ప్ప	ము	నొం	ది

F	F		F	F		D	B3	D
తం	డ్రి		క్ష	మ		కో	రు	చు

G	G	A		G	F	E		F	F		F	F		E	D	D	
పం	పు	ము		క్షే	మ	ము	(2)	ప్ర	భు		నీ	దు		సి	లు	వ	–

E	E	E		E	D	D		C	C	D	D	D	A3	B3	C	

ము	ఖ	ము	చె	ల్ల	ని	నా	కు	పు	ట్టిం	చె	ధై	ర్య	ము	(2)

Ref: https://youtu.be/yd3o9G8-L7M

48. ఎందుకో ఈ ఘోర పాపిని

E	B-B	A-B-G	G	A	A	F#	E	D	G	A	F#	E	D	E	E	E
ఎం	దు	కో	ఈ	ఘో	ర	పా	పి	ని	చే	ర	దీ	సా	వు	ప్ర	భు	వా

E	B	B	A-B-G	G	A	A	A	A	B	F#-E-D
ఏ	ముం	ది	నా లో	ఏ	ప	రి	శు	ద్ధ	త	లే దే

G	G	G	G	A	F#	F#	F#	E	E
అ	యి	నా	న	ను	ప్రే	మిం	చి	తి	వే

E	D	E	F#	F#	F#	F#	E	F#	G	G	G
నీ	ప్రే	మ	మ	ధు	రం	నీ	ప్రే	మ	అ	మ	రం

A	A	A	B	C5	C5	D5	D5	D5	E5
నీ	త్యా	గ	మే	న	న్ను	ర	క్షిం	చిం	ది.

2nd Time/2ᵛᵃ saari

E	D	E		F#	F#	F#		F#	E	F#		G	G	G
నీ	ప్రే	మ		మ	ధు	రం		నీ	ప్రే	మ		అ	మ	రం

A		A	G	F#		E	D		G	F#		F#	E
నీ		త్యా	గ	మే		న	న్ను		ర	క్షిం		చిం	ది.

B-D5-B B	B		A		G	G		F#	F#	A		E	D		G	G	G	A	
అ	న్యా		య	పు		తీ	ర్పు		పొం	దా	వ		నా	కై		అ	ప	హ	స్యం

F#	F#	F#		F#	E
భ	రి	యిం		చా	వా!

Same pattern as above.

		ఆ	ద	ర	ణ		క	రు	వై		బా	ధి	o	ప	బ	డి	యూ		నీ	
		ఆ	ద	ర	ణ		క	రు	వై		బా	ధి	o	ప	బ	డి	యూ		నీ	

	నో	రు		తె	రు	వ		లే	దే
	నో	రు		తె	రు	వ		లే	దే

Reference: https://youtu.be/qHorr7JncmI

49. సర్వ చిత్తంబు నీదేనయ్యా

Note : In F Scale

C	F		G	A	A		C5	A#	A	G

స	ర్వ		చి	త్తం	బు		నీ	దే	న	య్య
G	A	A#	C	G		A#	A	G	F	
స్వ	రూ	ప	మై	చ్చు		కు	మ్మ	రి	వే	

C5	A	C5	F5	F5		E5	D5	E5	F5
సౌ	రె	పై	ను	న్న		మం	టి	న	య్య

F5	G5	F5	E5		D5	C5	C5		D5	D#5	D5	C5
స	రి	యై	న		పా	త్ర	న్		చే	యు	మ	య్య

A	A	A3	D5		D5	C5	A#	A	G
స	ర్వే	శ్వ	రా		నే	రి	కుం	డ	ను

G	A	A#		C5	G		A#	A	G	F
స	ర్వ	దా		ని	న్నే		సే	విం	తు	ను

50.నీవు చేసిన ఉపకారములకు

Note: In Em Scale

ED	E		F#	F#	F#		F#	A	B	A	F#	E	F#ED
నీ	వు		చే	సి	న		డ	ప	కా	ర	ము	ల	కు

D - E	F#	E		D-C	D	D	E
నే	నే	మి	చె	ల్లిం	తు	ను (2)	

E	F#-E-D	E		F#	A	B	G		G-A-G	D	E		F#	F#	E	E
ఏ	డా		ది	దూ	డె	ల	నా	...	వే	లా	ది		పో	స్తే	ల్ల	నా (2)

B	B	B		B	B	B		B	B	E5	D5	B	A-A	G		G	A	B-A	G	A	A	B
వే	లా	ది	న	దు	లం	త	వి	స్తా	ర	త్రై	ల	ము	నీ	కి	చ్చి	నా	చా	లు	నా (2)			

D	E		F#	F#	F#		F#	B	A		F#	E	D	D-E	F#	E
గ	ర్భ	ఫ	ల	మై	న	నా	జే	ష్ట	పు	త్రు	ని	నీ	కి	చ్చి		

C	D	D	E	
నా	చా	లు	నా	(2)

Ref : https://www.youtube.com/watch?v=jcKGgRUWnAk

51. యెహోవా నా బలమా

Note: In Cm Scale

G	D#-F	G-C4		A#-A		G	F	G
యె	హొూ	వా		నా		బ	ల	మా

D#	D#	F	G-G#	G	F		D#		D	C
య	దా	ర్థ	మై	న	ది		నీ		మా	ర్గం

C	A#-2	C	D#-F	G-G#	G	F		D#		D	C		G	D#-F	G-C4
ప	రి	పూ	ర్ణ	మై	న	ది		నీ		మా	ర్గం		యె	హొూ	వా

G		G	F-G	D#	F		G	G		A#	C4	C4	C4
నా		శ	త్రు	వు	లు		న	ను		చు	ట్టి	న	ను

A#	A#	C4	D4		D#4-D4	C4	C4		A#	C4	C4-D4	A#	G#	G
న	ర	క	పు		పా	శ	ము		ల	రి	క	ట్టి	న	ను

G	G	A#	C4	D#4		D#4	C4	D#4	D#4	F4		D4	C4	C4
వ	ర	ద	వ	లె		భ	క్తి	హీ	ను	లు		పొ	ల్లి	న

G	C4	C4	D4		A#	A#		G	G	F	G	F-D#		F	G#-G
వ	ద	ల	క		న	ను		య	డ	బా	య	ని		దే	వ

52. దేవుడు మనకు ఎల్లప్పుడు

Note: In D Scale

F#	F#	E		A	A	G		F#	E	D	F#
దే	వు	డు		మ	న	కు		ఎ	ల్ల	ప్పు	డు

F#-A	F#-A	B		G	E-D	F#	G	A
తో	డు	గ		ను	న్నా	డు		

D5	C#5	A		G-B	A-G	F#
తో	డు	గ		ను	న్నా	డు

F#-G	F#	E	F#-G-F#-E		F#	A	A	B		G		F#
ఏ	దే	ను	లో		ఆ	దా	ము	తో		నుం	డె	న్

F#-A	A	F#		F#	A	B	D5	C#5
హో	నో	కు		తో	డ	నే	గె	ను

D5-D5	C#5		D5	E5	D5-C#	B-A		G		A		G	F#
దీ	ర్ష		ద	ర్మ	కు	ల		తో		నుం		డె	న్

A	A	A		G	G	G		F#	F#	E-D	F#	G-A	D5	C#5	A	G-B	A-G	F#
ధ	న్ము	లు		దే	వు	ని		గ	ల	వా	రు		తో	డు	గ	ను	న్నా	డు

Ref: https://www.youtube.com/watch?v=JNFjKwXlkcM

53. కమ్మని బహుకమ్మని

Note : In Fm Scale (original)

```
G#  G     F  C  C#    D#-D#     C  A#3    G#3     G#  G    F  C  C#   D#      C#  D#
క   మీ మ ని బ హు        క       మీ  మ      ని      చ  ల  ల  ని అ  తి      చ  ల  ల    ని
```

D# G G# A# A# G# C5 A# G# C5 C#5 C5 G# A# G# G F
తె ల ల ని తె ట తె ల ల ని యె సు నీ ప్ రే మా మ్మ తం

C F G G# G F F G C C5 C#5 C5 G# A# G# G F
జం ట తే నె క నీ న మ ధు రం

C F G G# G F F G C C5 C#5 C5 G# A# G# G F
స ర్ వ జ ను ల కు సు క్ష తం యె సు నీ ప్ రే మా మ్మ తం

G# G F F F C C- C# F F G G# C5 C5 C#5 C5 C5 C5
d#
ఆ శ చూ పె ను ఈ లో కం మ లి న మా యె ను నా జీ వి తం

C5 D#5 C5 A# G#A# G G G G# A# A# C#5C#5 C5- G-
D# G G#-
G-F
యే సూ నీ దు ప్ రే మ – ద య చూ పె ను ఈ దీ ను రా లి పై న

D#5 D#5 D#5 D5 D#5 D#5 D#5- C5 C#5 C5 A# G#
C#5 D#5-
D#5
వె లి గె ను నా లో నీ ఆ త మ దీ ప ము

C#5 C#5 C5 C# A# G# G D# G A# G# G F
C#5
క డి గి న ము త్ య ము గా అ య యా ను నే ను

54. సిలువే నా శరణాయెను రా

Note : Scale F

F	G	E	F	G	E	F	G	A	F
సి	లు	వే	నా	శ	ర	నా	యె	ను	రా

F	F	G	E	F	G	E	F-F	G	A	F

నీ	సి	లు	వే	నా	శ	ర	నా	యె	ను	రా

A	A	A	A	A	A	A	G	A	A#		A-G	F	G	A-G
సి	లు	వ	యం	దె	ము	క్తి	బ	ల	ముc		జూ	చి	తి	రా

C5	C5	A#	A-G-A-A#	C5	C5	D5	C5
సి	లు	వ	ను	బ్రా	లి	యే	సు

G	G	A-A#	C5	A#	A#	A	F	A
ప	లి	కి	న	ప	లు	కు	లం	దు

A	A	A	A	A	A	A	A	G-A-A#	A	G	F-G-A	G
వి	లు	వ	లే	ని	ప్రే	మా	మ్మృ	త	ముc	గ్రో	లి తి	రా

55. ఆశ్చర్యమైన ప్రేమ

Note : In Gm scale

D	A#3	C	D	A#	A	G		G	A	A#	A	F	A	G
ఆ	శ్చ	ర్య	మై	న	ప్రే	మ	–	క	ల్వ	రి	లో	ని	ప్రే	మ

G	G	A	A#	C5	F	F	F	G	A	A#	D#	D#
మ	ర	ణ	ము	కం	టె	బ	ల	మై	న	ప్రే	మ	ది

D#	D#	D#	A#	A	F	A	G
న	న్ను	జ	యిం	చె	నీ	ప్రే	మ

D	D	D	A#	A	F	A	G
న	న్ను	జ	యిం	చె	నీ	ప్రే	మ

Some singing like this.. take your variation

A#	A#	A#	A#	A	G	F	G	G	
ప	ర	ము	ను	వీ	డి	న	ప్రే	మ	–

D	A#3	C	A#	A#	C5	A	A	F	F	A	G
ధ	ర	లో	పా	పి	ని	వె	ద	కి	న	ప్రే	మ

A#	C5	D5	C5	A#	D5	C5	A#	A	C5
న	న్ను	క	రు	ణిం	చి	ఆ	ద	రిం	చి

A#	A	G	A#	G	F	F	A	A	G
సే	ద	దీ	ర్చి	ని	త్య	జీ	వ	మి	చ్చె

56. చూడుము గెత్సమనె

Note : Fm Scale

C	C	C#		D#	G#	A#	C5			A#	C5	A#		G#		G	A	D#
చూ	డు	ము		గె	త్స	మ	నె		–	తో	ట	లో		నా		ప్రి	యు	డు

C#	D		C#	D#		D#	D#	F	G		G#	A#	C5
పా	పి		నా	కై		వి	జ్ఞా	ప	న		చే	సె	డి

G#-C5-A#		G#		G		F	D#	G#
ధ్వ	ని	వి	న	బ	డు	చు	న్న	ది

A#	C5	A#	G#	G		F		A#	
దే	హ	మం	త	యు		న	లి	గి	–

A#	C5	A#		G#	G		F	D#
శో	క	ము		నొం	ది	న	వా	డై

C#	C	C#		D#	D#	D#		D#	F	G		G#
దే	వా	ది		దే	వు	ని		ఏ	క	సు	తు	డు

A#	C5			G#	C5	A#	G#		G		F	D#	G#
ప	డు		–	వే	ద	న	లు		నా		కొ	ర	కే

57. యేసు చావొండె

Note: In Gm scale

D	D		D#	F		A#		G	F		D#	D		D	D	D#	F		A	A	C5	A#
యే	సు		చా	వొం	డె	సి		లు	వ		పై			నీ	కొ	ర	కె		నా	కొ	ర	కే

Same as above																					
యెం	త		గొ	ప్ప			శ్ర	మ	నో	ర్చె	ను		నీ	కొ	ర	కె		నా	కొ	ర	కే

A#	A#	D5	D5		A#	D5-D5		D#5	D5	C5
న	ది	వో	లె		యే	సు		ర	క్ష	ము

A	A	C5	C5		A	C5-C5		D5	C5	A	A#
సి	లు	వ	లో		నుం	డి		ప్ర	వ	హిం	చె

F	A#	A#		A	G	F		F	F	A	A		G	F	D#
పా	ప	ము		క	డి	గి		మ	లి	న	ము		తు	ది	చె

D		D#	F	A		A-G	G	A#
ఆ		ప్ర	శ	స్త		ర	క్ష	మే

58. ఏ పాప మెఱుంగని

Note : In D Scale

D		D	D	E	G	G	G		G	G	G	G	A
ఏ		పా	ప	మె	ఱుం	గ	ని		యో	పా	వ	న	మూ	ర్తి

F#	G		F#	E		D	F#		E
పా	ప		వి	మో		చ	కుం		డ

D		E	E		E	E	F#-E		D		E	F#	F#	E		F#		E	D
నా		పా	లి		దై	వ	మా		నా		పా	ప	ము	ల		కొ		అ	

D		F#	F#		E		F#	E	D
కీ		పా	ట్లు		నొం		ది	నా	వా

Charanam(s) same as above:

59. రాజులకు రాజైన యో

Note : Scale C

C5	C5	C5	C5		B	A	G		E		F	F		E	E	D
రా	జు	ల	కు		రా	జై	న		యో		మ	న		వి	భు	ని

E	G		G	A		A	B		D5	C5
పూ	జ		సే	యు		ట	కు		రం	డి

G			C5	C5	G	C5		D5	E5		D5	D5	C5	B
యూ			జ	య	శా	లి		క	న్న		మ	న	కిం	క

C5	D5	C5-B	G	F		F	G-F	E
రా	జై	వ్వ	రు	ను		లే	ర	ని

60. జీవితమంతా నీ ప్రేమ

Note :F scale

C	A3	A#3		C		C	- C		D		C	- F	F		E		E	D	C	D	C	A3-A3#		D

జీ	వి	త	మం	తా	నీ	ప్రే	మ	గా	నం	ప్ర	ణు	తిం	తు	మో		దే	వా

C		C	A3	A3#	C	C	C	C		F	E-D-C	C	A3	A3#	C	A	G	A-G-F
ప్	ర	చు	రిం	తు	మే	ము	నీ	కీ	ర్	తి	న్	ఆ	నం	ద	గా	నం	బు	తో

A	A		G	A	A	A	A	A	G	F			C	D	C
స	ర్	వ	స	మ	య	ము	ల	లో	నీ	స్	తు	తి	గా	నం	

A#	A#	A#	A#	A#	A#	A#	C5	A	G	F	G		A
ఎ	ల్	ల	వే	ళ	ల	యం	దు	నీ	నా	మ	ధ్	యా	నం

A	A#	A#	C5	A-G	F	E	D	C	G	G	G
మా	క	ది	యే	మే	లు	ఈ	జీ	వి	త	ము	న

C		E		F		A	G	E		F
స్	తు	తి	యం	తు	నా	ర	క్	ష	కా	

61. ఆ జాలి ప్రేమను

Note :B scale

B		D#	F#		B5	G#	E		B	B	C#	C#	E		A#	B	
ఆ		జా	లి		ప్రే	మ	ను		గ	మ	నిం	ప	కుం	దు	వా	?	

B		D#	F#		B5	G#	E		B	B	C#	C#	E		A#	B	
ఆ		ది	వ్య		ప్రే	మ	ను		గ్ర	హి	యిం	ప	కుం	దు	వా	?	

B		D#	F#	E					E		G#	B5	F#				
ఓ		సో	ద	రా	.	.		.	ఓ		సో	ద	రా	.	.		.

F#		A#5	B5	C#5	C#5		C#5	C#5		D#5	C#5	G#	A#	B5	
ఆ		ప్రే	మ	మూ	ర్తి		యే	సు		ద	రి	చే	ర	వా	?

D#		D#	C#		D#	C#	D#	D#		B		D#	D#	E		E	G#-F#-E
నీ		పా	ప		జీ	వి	తా	న		ఆ		ప్రే	మ	మూ		ర్తి	యే

E		G#	F#		F#	B5		G#	F#		F#	F#	G#		A#	C#5		A#		B5
ఆ		సి	ల్వ	పై	న		నీ	కై		మ	ర	ణ		బా	ధ		నొం	దె	ను

F#		D#5	C#5		C#5		D#5		F#	F#	C#5	B5		D#5		C#5
నీ		శి	క్ష		బా	ప	గా		ర	క్ష	ణ	ను		చూ	ప	గా

A#		A#	A#	G#		A#	C#5	G#		F#		F#	F#	A#		A#	B5
ని		హృ	ద	య		ద్వా	ర	మం	దు		వే	చి	యుం	డె		గా

B		B	B	A#	F#		G#	F#		G#	F#		F#	F#	E	D#	E	F#
నీ		ర	క్ష	కుం	డు		యే	సు		ని	న్ను		ప	ల	చు	చుం	డె	ను

B		B	B	A#	F#		G#			F#		G#	F#	F#	E	D#	E	F#	C#-B
ఆ		ప్రే	మ	మూ	ర్తి		ప	లు	కు		ఆ	ల	కిం	ప	జా	ల	వా?	

62. గడచిన కాలం

Note :F#m

E		E	E	E		D		C		B3	C	E
హ	ల్లె	లూ	యా	స్తో		త్రం		యే		స	య్యా

D	D	D	D		C	B3		B3	C	B3
హ	లె	లూ	యా		స్తో	త్రం		యే	స	య్యా

1	B	B	B	B		A	G		G-A	A-B	F#		E	D
	గ	డ	చి	న		కా	లం		కృ	ప	లో		మ	మ్ము

2	D	D	D	F#	F#	G		A	G		F#	G	E
	దా	చి	న		దే	వా		నీ	కే		స్తో	త్ర	ము

ప	గ	లూ		రే	యి		క	ను	పా	ప	వ	లె

కా	చి	న		దే	వా		నీ	కే		స్తో	త్ర	ము

3	E	D		E	F#	F#		F#	F#	F#-G	A	G		F#	G	E
	మ	ము		దా	చి	న		దే	వా		నీ	కే		స్తో	త్ర	ము

కా	పా	డి	న		దే	వా		నీ	కే		స్తో	త్ర	ము

4	G	G	G		F#	E	F#		D	F#	F#	E		E
	క	ల	త		చెం	ది	న		క	ష్ట	కా	ల	ము	న

5	E	F#		G	A	A		A	A		A	B-A	G	A	B
	క	న్న		తం	డ్రి	వై		న	ను		ఆ	ద	రిం	చి	న

క	లు	ష	ము		నా	లో		కా	న	వ	చ్చి	నా

Repeat 5 as above												
కా	ద	న	క		న	ను		క	రు	ణిం	చి	న

Repeat 2 as above														
క	రు	ణిం	చి	న		దే	వా		నీ	కే		స్తో	త్ర	ము

Repeat 3 as above													
కా	పా	డి	న		దే	వా		నీ	కే		స్తో	త్ర	ము

63. నీవు లేని రోజు

Note : F Scale

F	G		A	C5		C5	C5		C5	C5	C5		A#	D5		D5	C5	C5
నీ	వు		లే	ని		రో	జు		అ	స	లు		రో	జే		కా	ద	యా

F	G		A	C5		C5	C5	A#		A#	A	G		G		A#		A	G	F
నీ	వు		లే	ని		బ్ర	తు	కు		అ	స	లు		బ్ర	తు	కే		కా	ద	యా

F	A		G	F	E	D		D	D	D	G		G	F	F
నీ	వే		లే	క	పో	తే		నే	న	స	లే		లే	న	యా

F5	E5		D5	D5	C5		D5	E5	D5-c5-a#		A#	A#	A#		D5	D5	C5	C5
బా	ధ		క	లు	గు		వే	ళ	లో		నె	మ్మ	ది		నా	కి	చ్చా	వు

Repeat same as above																	
నా		క	న్నీ	రు		తు	డ	చి		నా		చే	యి		ప	ట్టా	వు

A	A		A#	A#	C5	D5	D5	D5		F5-E5		D5	E5	D5	C5	C5
న	న్ను		వి	డు	వ	న	న్న	వు		నా		దే	వు	డై	నా	వు

64. వందనంబొనర్తుమో ప్రభో ప్రభో

Scale: Fm scale

F	F	F	G	G#	G	G#		F	D#		C#	C
వం	ద	నం	బొ	న	ర్తు	మో		ప్ర	భో		ప్ర	భో

F	F	F	G	G#	G	G#		A#	C5		C#5	C5
వం	ద	నం	బొ	న	ర్తు	మో		ప్ర	భో		ప్ర	భో

C5	C5	C5-C#5	C5		A#	A#		A#	C5	A#		G#	A#	G#	G
వం	ద	నం	బు		తం	డ్రి		త	న	య		శు	ద్ధా	త్ము	డా

C5	A#	G#	G		D#	F	G#		G	F
వం	ద	నం	బు		లం	దు	కో		ప్ర	భో

65. ఊహించలేని మేలులతో నింపిన

Note : F#m scale

C#	D	F#	E	D-E	A	G#	F#	E		F#	A	F#-E-D
ఊ	హిం	చ	లే	ని	మే	లు	ల	తో		నిం	పి	న

D	F#	G#	G#		A	C#5		B-A	A	G#	A-G#-F#-E-D-C#
నా	యే	స	య్యా		నీ	కే		నా	వం	ద	నం

E	C#5	B	C#5	C#5	A-g#-F#		F#	D5	C#5	D5		C#5-B
వ	ర్ధిం	చ	గ	ల	నా		నీ	కా	ర్య	ము	ల్	

D5	E5	E5	D5	E5		C#5-B		B-C#5		F#	G#	A		A-G#-F#-E-D-C#
వి	వ	రిం	చ	గ	ల	నా		నీ		మే	లు	ల	న్	

E	E	E-D	E	E	E		F#	F#	E	E	D	F#	F#
మే	లు	తో	నా	హృ	ద	యం	తృ	ప్తి	ప	ర	చి	నా	వు

G#	G#	G#-F#		G#	F#	G#	G#		A	C#5		B	A	A	G#	A-G#-F#-E-D-C#
ర	క్ష	ఇ		పా	త్ర	ని	చ్చి		ని	ను		స్తు	తి	యిం	తు	ను

E	E	C#5	B		C#5	C#5	A-G#-F#		F#		D5	C#5	D5	C#5-B
ఇ	శ్రా	యే	లు		దే	వు	డా		నా		ర	క్ష	కా	

D5	E5	E5	D5	E5	C#5-B	B-C#5	F#	G#	A
స్తు	తి	యిం	తు	ను	నీ	నా	మ	ము	న్

66. నడిపించు నా నావా

C	D	E	D	E	F	G	G	G	D	D	D	E	F	E
న	డి	పిం	చు	నా	నా	వా	న	డి	సం	ద్ర	ము	న	దే	వా

E	E	D	F-E	D	C	D	C	B3	B3-C	D	D	E	D	C-B3	C
న	వ	జీ	వ	న	మా	ర్గ	ము	న	నా	జ	న్మ	త	రి	యిం	ప

G	G	G	G	G	A	B	C	A-B	C5	C5	B	A	B	A	G	B-A-G
నా	జీ	వి	త	తీ	ర	ము	న	నా	అ	ప	జ	య	భా	ర	ము	న

G	A	B	B	A-G	A	A	G	F	E-F-G-F-E	E	F	G	F	E	F-E	D	D	C
న	లి	గి	న	నా	హృ	ద	య	ము	ను	న	డి	పిం	చు	ము	లో	త	న	కు

G3	E	D	E	E	F	G	G	D	D	D	E	F	E
నా	యా	త్మ	వి	ర	బూ	య	నా	దీ	క్ష	ఫ	లి	యిం	ప

E	D-E	F	E	D	C	D-C	B3	B3-C	D	D	E-D	C	B3	C
నా	నా	వ	లో	కా	లి	డు	ము	నా	సే	వ	చే	కొ	ను	ము

67. ఆయనే నా సంగీతము

D	D	C		D-C	A3-A3#	D	D	C	D		D	D	E	E		F	G		A	G	
ఆ	య	నే		నా		సం	గీ	త	ము		బ	ల	మై	న		కో	ట		యు	ను	

D	D	E	F	F	G		A	F	G
జీ	వా	ధి	ప	తి	యు		ఆ	య	నే

E	E	E		E	G	F	E		D	D	C	E	D
జీ	వి	త		కా	ల	మె	ల్ల		స్తు	తిం	చె	ద	ము

A	A	A	A#	A	G	F-G		A	A	G		A#	A
స్తు	తు	ల		మ	ధ్య	లో		ని	వా	సం		చే	సి

G	G	G	A		G	F	E-F		G	G	F	A	G
దూ	త	లె	ల్ల		పొ	గ	డే		దే	వు	డా	య	నే

D	D	E	E		F	F	G		A	A	G		A#	A
వే	డు	చుం	డు		భ	క్తు	ల		స్వ	ర	ము		వి	ని

F	F		F	G	E	E	E	F		D	D	C	E	D
ది	క్కు		లే	ని	పి	ల్ల	ల	కు		దే	వు	డా	య	నే

68. ప్రార్థన వినెడి పావనుడా

E	G	G	A	A	G	C5	B	B	A
ప్రా	ర్థ	న	వి	నె	డి	పా	వ	ను	డా

ప్రా	ర్థ	న		మా	కు		నే	ర్పు	మ	యా

శ్రే	ష్ఠ	మై	న		భా	వ	ము		గూ	ర్చి	

శి	ష్య		బృం	ద	ము	కు		నే	ర్పి	తి	వి

ప	ర	ము	డ		ని	న్ను		ప్ర	ను	తిం	చె	ద	ము

ప	ర	లో	క		ప్రా	ర్థ	న		నే	ర్ప	మ	యా

69. దేవర నీ దీవెనలు

E	E	F	G		E	E	F	G	
దే	వ	ర	నీ		దీ	వె	న	లు	

G- C5	B-C5	G	A	F	E		E-G	F	E	D
ధా	రా	శి	ము	గ	ను		వీ	ర	ల	పై

E	E	D	E	E	D		E	G	F-E	D
బా	గు	గ	వే	గ	మే		ది	గ	ని	మ్ము

D	E	F	G	F	E		F-E	D	B3	C
పౌ	వ	న	యే	సు	ని		ద్వా	ర	గ	ను

70. ఆకాశమందున్న ఆసీనుడా

A3	D	D	D	D	D		D	E	G	E-D-C
ఆ	కా	శ	మం	దు	న్న		ఆ	సీ	ను	డా

F	F	G	E		D	C	C	D	D
నీ	త	ట్టు	క	ను	లె	త్తు	చు	న్నా	ను

A#3	C		Same as above							
నే	ను		నీ	త	ట్టు	క	ను	లె	త్తు	చు	న్నా	ను

A	A	G	G	A	C	D	D		D	D
దా	రి	త	ప్పి	న	గొ	రై	ను		నే	ను

A	A	G	G	A	C	C	D	D	C	D
దా	రి	కా	న	క	తి	రు	గు	చు	న్నా	ను

G3	D	D	D	D		D	D		D	E	G	E-D-C
క	రు	ణిం	చు	మా		యే	సు		కా	పా	డు	మా

71. నీ ధనము నీ ఘనము ప్రభు యేసుదే

C	C	C	E	E	C	C	E	G	G	C5	B	A-G
నీ	ధ	న	ము	నీ	ఘ	న	ము	ప్ర	భు	యే	సు	దే

F-E	D	D	E	F	D	D	E	F	A	A	G	F	G		E	E	D	B3	C
నీ	ద	శ	మా	భా	గ	ము	నీ	య	వె	ను	దీ	తు	వా	—	వె	ను	దీ	తు	వా

C5	C5	C5	C5	C5	C5	C5	C5	B	C5	D5	C5	B
ధ	ర	లో	న	ధ	న	ధా	న్య	ము	ల	నీ	య	గా

A	A	A	A	A-B	C5-B	B	A	G	F	G
క	రు	ణిం	చి	కా	పా	డి	ర	క్షిం	ప	గా

G	G	G	G	A	B	C5-B	F	G	E	D
ప	ర	లో	క	నా	ధుం	డు	నీ	కి	య	గా

D	D	D	D	E	F	G	F	E	D	D	B3	C
మ	రి	యే	సు	కొ	ర	కీ	య	వె	ను	దీ	తు	వా

72. యెహొవా నా మొర లాలించెను

E	G	F	E-D	C	B3	C	E	E	E-F-E-
యె	హొ	వ	నా	మొ	ర	లా	లిం	చె	ను

D	E	F	G	F	E	D	C	D	E	D	B3	C
ద	న	మ	హొ	ద	య	ను	న	ను	గ	నిం	చె	ను

E	E	F	G	C5	C5	C5	D5	C5	B	A	G
అ	హ	ర్ని	శ	ల	దీ	న	హీ	ను	డ	గు	నా

A	C5	C5	C5	A	A	B	C5	A	G	E-F-E-D-E
దు	హొ	య	నె	డు	ధ్వ	ని	గ్ర	హిం	చి	మ ని పె ను

73. గీతం గీతం జయ జయ గీతం

E	E	D	D	C	C	C	C	A3	G3
గీ	తం	గీ	తం	జ	య	జ	య	గీ	తం

C	C	C	C	C	B3	C	D
చే	య	త	ట్టి	పా	డె	ద	ము

C	D	F	F	F	F	E	D-E-F	E-D	D	C
యే	సు	రా	జ	లే	చె	ను	హ	ల్లె	లూ	య

D	D	D	C	E	D	D	C
జ	య	మా	ర్పు	టిం	చె	ద	ము

74. నిన్నే ప్రేమింతును

D	D-E	F-D	E	F	E	E	E-F-G	E	F	G	F	E	D
ని	న్నే	ప్రే	మిం	తు	ను	ని	న్నే	ప్రే	మిం	తు	ను	యే	సు

D	D-E	F-D	E	F	E	E	E	F	G	G	A
ని	న్నే	ప్రే	మిం	తు	ను	నే	వె	ను	ది	రు	గా

A	D5	C5	A#	A	A#	C5	A#	A-G	G	C5	A#	A	G	A	A#	A-G-F
నీ	స	న్ని	ధి	లో	మొ	క	రిం	చి	నీ	మా	ర్గ	ము	లో	సా	గె	దా

F	F	A#	A	G	F	G	F	G	F-E	E	F	E	D	C	D
ని	రం	సిం	చ	క		సా	గె	దా		నే	వె	ను	ది	రు	గా

75. సొలిపోవలదు మనస్సా

E-G	F	E-D	D	C	C	G3	C-D	E		C-D	C	B3-A3	B3	D	C
సొ	లి	పొ	వ	ల	దు	మ	న	స్సా	–	సొ	లి	పొ	వ	ల	దు

E	E	F	G	A	G	C5	B	A	G	G	G	A	G	F-E	D-C	E
ని	ను	గ	ని	పి	ల	చి	న	దే	వు	డు	వి	డ	చి	పో	తా	డా?

ఇ	క్క	ట్టు	లు	ఇ	బ్బం	దు	లు	ని	న్ను	చు	ట్టు	ము	ట్టి	న	ను

ప్రి	యు	డు	ని	న్ను	చే	ర	దీ	సి	న	ఆ	నం	ద	ము	కా	దా?

76. అపరాధిని యేసయ్యా

A3	A3	D	D	D	E	F	E-D-C
అ	ప	రా	ధి	ని	యే	స	య్యా

D	E	F	A	G	F	E	D
కృ	ప	జూ	పి	బ్రో	వు	మ	య్యా

F	G	A	A	A#	A-G	F-G	A	A#	A
నె	ప	మెం	చ	క	యె	నీ	కృ	ప	లో

D	E	F	A	G	G	F		E	F	D
న	ప	రా	ధ	ము	ల	ను		క్ష	మిం	చు

77. ఏ తెగులు నీ గుడారమున్

C	C	C	E	E-D	C	D	C	G3		C	C	E	D	C	D
ఏ	తె	గు	లు	నీ	గు	డా	ర	ము	న్	స	మీ	పిం	చ	ద	యా

C	C	C	E	E	D		C	D	C	A3	B3-B3	C	D	C-B3	C
అ	పా	య	మే	మి	యు		రా	నే	రా	దు	రా	నే	రా	ద	మ్మ

D	E	F	F	F	F	E	D	E	E	E	E	D	C	D	D	D	D	C	B3	C
ల	ల	లా	లా	ల	ల	ల	ల	లా	లా	ల	ల	ల	ల	లా	లా	ల	ల	ల	ల	లా

G	G	F	E	F	G	G		G	F	E		E	E	E	E	E	E	D	E	F
ఉ	న్న	త	మై	న	ప్ర	భు		యే	సు	నీ	–	ని	వా	స	ము	చే	సు	కొం	టి	వే

F	F	F	E	D	F-F	E	D	G	G	F	E	E	D	D	C
ఆ	శ్ర	య	మై	న	దే	వు	ని	ఆ	దా	రం	చే	సు	కొం	టి	వే

78. నేనున్న స్థితిలోనే సంతృప్తిని కలిగించు

D	F-A	A	A	A#	A	G	A	E	E	G	A	F	E	D	E
నే	ను	న్న	స్థి	తి	లో	నే		సం	తృ	ప్తి	ని		క	లి	గిం	చు

C-E	G	A		F	E-D	E		C	C	D	E-F		E	E	D	D
ఏ	ము	న్న		లే	కు	న్న		నీ	కొ	ర	కే		బ్ర	తి	కిం	చు

అ.ప.:		A	D5	C5		E5	E5	D5	C5		C5		C5	C5	D5		E5	C5	A#-A
		క	ష్టా	లు		ఎ	దు	రై	నా		నా		యా	త్ర	ను		సా	గిం	చు

G	A#	G	A#	G-F	E		E	E	E	F	A		F	E	D
న	ష్టా	ల	లో	నై	నా		స్తు	తి	చే	యు	ట		నే	ర్పిం	చు

A	D5	D5	D5	DE-E5		E5	D5	E5	A#	A#	A#	A#	A#	C5	C5	A#	A
లో	క	ము	లో	నీ		కొ	ర	కు	జ్యో	తి	గ	న	ను	వె	లి	గిం	చు

F	F	F	F	G	A	F	F	E		E	E	E	E		E	F		G	G	E	D
రెం	డ	వ	రా	క	డ	వ	ర	కు		వి	డు	వ	క		న	ను		న	డి	పిం	చు

79. కుతుహలమార్చాటమే

C	C	D	E	C	D	E	D		D-C	B3	B3	B3		B3	C	D	C
కు	తు	హ	ల	మా	ర్చా	ట	మే		నా	యే	సు	ని		స	న్ని	ధి	లో

G	G	F	E	D	E	F		E	D	D	D		D	G	F	E
ఆ	నం	ద	మా	నం	ద	మే		నా	యే	సు	ని		స	న్ని	ధి	లో

	G	G	G	F	E	E	E		G	G	G	F		E	E	E	E	
1.	పా	ప	మం	త	పో	యె	ను		రో	గ	మం	త		తొ	ల	గె	ను	-

E	E	E		E	D	E	F
యే	సు	ని		ర	క్ష	ము	లో

F	F	F	E		D	D	D		F	F	F	E		D	D	D	
క్రీ	స్తు	నం	దు		జీ	వి	తం	-	కృ	ప	ద్వా	ర		ర	క్ష	ణ	–

G	G	G	E	D	C
ప	రి	శు	ద్ధా	త్మ	లో

80. నీవుంటే నాకు చాలు యేసయ్యా

D	E-F	F		E	D		C	C		E	E	D
నీ	వుం	టే		నా	కు		చా	లు		యే	స	య్యా

A3	A#3	A#3		C	C		D	D	A#3	A#3	A3
నీ	వెం	టే		నే	ను		ఉం	టా	నే	స	య్యా

F	A	A	G	F	E		E-F	G	G	F	E	D
నీ	మా	ట	చా	ల	య్యా		నీ	చూ	పు	చా	ల	య్యా

D-E	F	F		D	C	A3#		A3#	C	E		E	E	D
నీ	తో	డు		చా	ల	య్యా		నీ	నీ	డ		చా	ల	య్యా

F	F	E	D	D	C-D	E		E	E	F	G	A#	A
ఎ	న్ని	బా	ధ	లు	న్న	నూ		ఇ	బ్బం	దు	లై	న	నూ

F	F	E	D	D	C-D	E		E	E	F	G	A#	A
ఎం	త	క	ష్ట	మొ	చ్చి	నా		ని	ష్ఠు	ర	మై	న	నూ

81. ఎందుకో నన్నింతగా నీవు ప్రేమించితివో దేవా

D	E	F		A	G		F	E-D		D-C	D-C-A#3		A#3	D	D	C	A#3		C-A#3	A3
ఎం	దు	కో		న	న్నిం	త	గా		నీ		వు		ప్రే	మిం	చి	తి	వో		దే	వా

Same as above																				
అం	దు	కో		నా		దీ	న	స్తు	తి	పా	త్ర		హా	ల్లె	లూ	య		యే	స	య్యా

A		A#-A	G	F		A	A	A	A	G	F	E-F	G-F	E
నా		పా	ప	ము		బా	ప	న	ర	రూ	పి	వై	నా	వు

A	A#-A	G	F		A	A	A	A	G		G-F	E-F	G	F	E
నా	శా	ప	ము		మా	ప	న	లి	గి		వ్రే	లా	డి	తి	వి

D	E	F	A	A	G	F	E	D	C	D-C-A#3
నా	కు	చా	లి	న	దే	వు	డ	వు	నీ	వే

A#3	D	D	C	A#3	C-A#3	A3
నా	స్తో	న	ము	లో	నీ	వే

82. దేవుని స్తుతియించుడి

C	C	C	C	C	C	D	E
దే	వు	ని	స్తు	తి	యిం	చు	డి

F	E	D-C	D	E	G	G	E	F	E	D	C
ఎ	ల్ల	ప్పు	డు	దే	వు	ని	స్తు	తి	యిం	చు	డి

G	G	G	A	G	F	E	D	E	D-C	D-F	E
ఆ	య	న	ప	రి	శు	ద్ధ	ఆ	ల	య	మం	దు

G	G	G	A	G	F-E	D	E	D	C	B3
ఆ	య	న	స	న్ని	ధి	లో	ఆ	…	ఆ	…

C	C	C	C	C	D	E
ఆ	య	న	స	న్ని	ధి	లో

83. శుద్ధ హృదయం

E	E	C	A3	B3	C	D	C	B3	B3	A3
శు	ద్ధ	హృ	ద	యం	క	లు	గ	జే	యు	ము

E	E-F	A	E	E	E-F	A	E
నీ	వా	త్స	ల్యం	నీ	బా	హు	ళ్యం

D	D	E	F	F	C	E	F	F	E
నీ	కృ	పా	క	ని	క	రం	చూ	పిం	చు	ము

E	A	B	C5	B	A	E	G	A	B	A	G
పా	ప	ము	చే	సా	ను	దో	షి	నై	ఉ	న్నా	ను

A	A	A	A	B	C5	B-A	B	B	D5	B	A-G-A

తె	లి	సి	యు	న్న	ది		నా		అ	తి	క్ర	మ	మే

A	A	A	A	B	C5	B-A	A	B	A	A
తె	లి	సి	యు	న్న	ది	నా	పా	ప	ము	లే

G	G	G	G	E-D	E F	F	F	ఐ	D-B3
నీ	స	న్ని	ధి	లో	నా	పా	ప	ము	లే

B3	C	D	F	F	E
ఒ	ప్పు	కొం	దు	న	య్యా

E	E	C	A3	B3		C	D	C	B3	B3	A3
శు	ద్ధ	హృ	ద	యం		క	లు	గ	జే	య	ము

E	G-A	B	C5	C5	B	A
నా	లో	నా		నా	లో	నా

84. స్తోత్రం చెల్లింతుము

D	E		F	E	C	D	A3	A3		D	E		F	E	C	D
స్తో	త్రం		చె	ల్లిం	తు	ము	స్తు	తి		స్తో	త్రం		చె	ల్లిం	తు	ము

D	E		F	G	G	A-A#	A	G		F	E		D
యే	సు		నా	ధు	ని	మే	లు	లు		త	లం		చి

A	A	G	F	G	A		G	A	A#	A#	A#	A-G		G	A#-A
ది	వా	రా	త్ర	ము	లు		కం	టి	పా	ప	వ	లె		కా	చి

A	A	A	G		F	F	G	E		D-E	F		F	G	E	D	C	D
ద	య	గ	ల		హ	స్త	ము	తో		బ్రో	చి		న	డి	పిం	చి	తి	వి

85. యెహోవా నా బలమా

E-D	C-D	E-A		G-F#		E	D	E
యె	హొ	వా		నా		బ	ల	మా

C	C	D	E-F	E	D		C	B3	A3
య	దా	ర్థ	మై	న	ది		నీ	మా	ర్గం

A3	G3	A3-C	D	E-F	E	D		C	B3	A3
ప	రి	షూ	ర్ణ	మై	న	ది		నీ	మా	ర్గం

E		E	D-E	C	D		E	E		G	A	A	A
నా		శ	త్రు	వు	లు		న	ను		చు	ట్టి	న	నూ

G	G	A	B		C5	B	A		G	A	A	G	F	A
న	ర	క	పు		పా	శ	ము	ల	రి	క	ట్టి	న	నూ

E	E	G	A	B		B	B	C5	C5	D5		B	A	A
వ	ర	దు	వ	లె		భ	క్తి	హీ	ను	లు		పొ	ర్లి	న

E	A	A	B		G	G		F	E	D-E	D		C		D	F-E
వి	డు	వ	క		న	ను		ఎ	డ	బా	య		ని		దే	వా

86.ఎంత మంచి దేవుడవయ్యా

E	E	E	E	E	E	E	F#	G-B
ఎం	త	మం	చి	దే	వు	డ	వ	య్యా

E	E	E	E	E	E	E	B	B	A
ఎం	త	మం	చి	దే	వు	డ	వే	స	య్యా

A	A	B		C5	C5	B	A		G	G		G	A	B
చిం	త	ల	న్ని	తీ	రే	న	య్యా		ని	ను		చే	ర	గా

F#	F#	F#	G	A	A	G	F#	E
ఎం	త	మం	చి	దే	వు	డ	వే	స	య్యా

B	B	G	G	E	E	E-G	B		B-B-B	B	G	E	E	E	F#-G	B-A
ఘో	ర	పా	పి	నై	న	నే	నూ		– Neeku	దూ	రం	గా	పా	రి	పో	గా

A		A	B	C5		B	A		G	G	A		B
నీ		ప్రే	మ	తో		న	ను		క్ష	మి	యిం		చి

F#	F#		F#	G	A	G		F#	E
న	ను		హ	త్తు	కొ	న్నా		వ	య్యా

87.మహిమ ఘనతకు అర్హుడవు

F	F	F		C5	C5	A#	G#		A#	A#	C5	G	F	D#
మ	హి	మ		ఘ	న	త	కు		అ	ర్హు	డ	వు		

G	F		D#		G	G	F
నీ	వే		నా		దై	వ	ము

C5	C5#	C5	A#		A#	C5#		A#	G#	
స్ఱ	ష్ఠి	క	ర్త		ము	క్తి		దా	త	||2||

G#		C5#	C5#	C5#	C5#		G#	F	G
మా		స్తు	తు	ల	కు		పా	త్రు	డా

G#	G#	C5	A#-G#		G	G#-G-F		G#	G#	C5	A#-G#		G	G#-G-F
ఆ	రా	ధ	నా		నీ	కే		ఆ	రా	ధ	నా		నీ	కే

C5	C5	C#5	C5		G#	A#		C5	C5	C#5	C5		C5	D#5	D#5	D5		A#	C5	
ఆ	రా	ధ	నా		స్తు	తి		ఆ	రా	ధ	నా		ఆ	రా	ధ	నా		నీ	కే	||2||

G#	G#	C5	A#-G#		G	G#-G-F		G#	G#	C5	A#-G#		G	G#-G-F
ఆ	రా	ధ	నా		నీ	కే		ఆ	రా	ధ	నా		నీ	కే

C5	C5	C#5		C5	A#	G#	A#	C5	C5
మ	న్నా	ను		కు	రి	పిం	చి	నా	వు

C5	D#	D#	D#		D5	C5	A#	C5	C5
బం	డ	నుం	డి		నీ	ళ్ళి	చ్చి	నా	వు

C5	F5	F5		F5	C5		D#5	D#5	D#5	C5	A#
యె	హొూ	వా		ఈ	రే		చూ	చు	కొ	ను	ను

C5	C5	A#		G#	G#	G	F		G
స	ర్వ	ము		స	మ	కూ	ర్చు		ను

1.   Jesus never fails

Note: In C Scale

C	E		F	E	D		B3	D		E	D	C		C	E		F	G	D
Je	sus		ne	ver	fails		Je	sus		ne	ver	fails		Je	sus		ne	ver	fails

C-B3	D		E	D	C
Je	sus		ne	ver	fails

C	C		C	C		E-E		F	E	D	C	
Yo	ur		mom	my		may have		let	you	down		

B3		B3	B3		D	D		E		D		C
Yo	ur		da	ddy		may	have		let		you		down

C	G	G	G		G		G	G	G		G		C		E	E	D	D		C
The	men	of	the		world		may	let	you		down		but		Je	sus	ne	ver		fails!

Ref: https://www.youtube.com/watch?v=o5vjVSl88RA

2. This is the day

Note: In C Scale

C	C	D	E	C	C	D	E
This	is	the	day	this	is	the	day

E	F	E	D	D	E	F	E	D	D
That	the	Lord	hath	made	that	the	Lord	hath	made

C	B3	C	D	C	B3	C	D
I	will	re	joice	I	will	re	joice

E	F	E	D	C	E	F	E	D	C
And	be	glad	in	it	and	be	glad	in	it

A	A	A	A	A	A	G	E	C
This	is	the	day	that	the	Lord	hath	made

A	A	A	A	A	G	E	D	C
I	will	re	joice	and	be	glad	in	it

C	C	D	E	C	C	D	E
This	is	the	day	this	is	the	day

E	F	E	D	C
That	the	Lord	hath	made

Ref: https://www.youtube.com/watch?v=Ko2XZStkQBo

3. Joy to the world

Note: In C Scale

C5	B	A	G	F	E	D	C

Joy	to	the	world	the	Lord	is	come

G	A	A-B		B	C5
Let	earth	Re-ceive		her	King

C5	C5-B-A	G		C5 C5B	A		G
Let	e-very	heart		prepare	Him		room

E	E	E	E-F		G
And	Heaven	and	Na-ture		sing

E	D	D	D-E		F
And	Heaven	and	Na-ture		sing

C	C-C5		A	A-G		EF	E-D		C
And	Hea-ven		and	Hea-ven		and	Na-ture		sing

Ref: https://www.youtube.com/watch?v=C3ftXoYTMiM

4. Come all ye faithful

Note : In C scale

C	C		G3	C	D		G3
O	come		all	ye	faith		ful

E	D	E	F-E		D
Joy	ful	and	triump		hant

C	C		B3	A3	B3		C-D	E	B3		A3	G3
O	come		ye	o	come		ye	To	Beth		le	hem

G		F	E	F		E
Come		and	be	hold		Him

D		E	C		D	B3-A3		G3
Born		the	King		of	an		gels

C	C		B3	C	D-C		G3
O	come		let	us	a-dore		Him

E	E		D	E	F-E		D
O	come	let	us	a-dore		Him	

E	F		E	D	C-B3		C-F
O	come	let	us	a-dore		Him	

E-D	C	C
Christ	the	Lord

Ref: https://www.youtube.com/watch?v=u4OZwvNrOYw

5. God is so good

Note: In C Scale

C		C	E	D		D		D	F	E		E		E	G	F		D		F	E		D	C
God	is	so	good		God	is	so	good		God		is	so	good	He's	so	good	to	me

https://www.youtube.com/watch?v=QQVr9vDVwvs

6. The B-I-B-L-E

E	G	G	G	E	G		G	A		A	A		F	A		A	B		B		B	B		B		B	B
The	B	I	B	L	E		Yes	that's		the	book	for	me		I	stand	alone	on	the	Word	of	God

A	G	G	A	B	C5
The	B	I	B	L	E

Ref: https://www.youtube.com/watch?v=QQVr9vDVwvs

7. God's Love is so wonderful

Note: In C Scale

E		C	E	E	F	E	D		D	B3	D	D	E		D	C
God's	Love	is	so	won	der	ful		God's	Love	is	so	won	der	ful

E		C	E	E	F	E	D		G	E	D	D	C
God's	Love	is	so	won	der	ful		Oh!	Won	der	ful	love!

Ref: https://www.youtube.com/watch?v=xnLUahhFGgw

8. Praise, Him!

Note: In C scale

G3		C	E-D		C		C	C	C	D-C		C		C		C	C	A3		G3

Praise	Him	Pra-ise	Praise	Him	in	the	Mor-ning	Praise	Him	in	the	noon	time.

G3	C	E-D	C	E	E	E	D	E	D	C
Praise	Him!	Praise	Him!	Praise	Him	when	the	sun	goes	down!

Ref: https://www.youtube.com/watch?v=xBR2EgvvucA

9. I have decided to follow Jesus

Note: In C Scale

C	C	E	G-A	G	G	A	G	E	C	C5	C5	C5	C5-D5	C5	C5	D5	C5	A	G
I	have	De	ci	ded	t o	f o	llow	Je	sus	I	have	De	ci	ded	to	fo	llow	Je	sus

G	A	G	E	C	D	B3	G	G	A	G	E	C	D	B3	C
No	turn	ing	back	no	turn	ing	back	No	turn	ing	back	no	Turn	ing	back.

Ref: https://www.youtube.com/watch?v=J_k3uRVY7Pg

10. I have got the joy, joy...

Note: High time now..!! Guess the Scale and ping me.!

C	D	E	F	E	D	C	A3	A3	G3	F3	G
I	have	the	joy	joy	joy	joy	Down	in	my	heart	(where?)

G	G	E	C	G	A	A	G	F	
Down	in	my	heart	(where?)	Down	in	my	heart	

C	D	E	F	E	D	C	A3	A3	G3	F3
I	have	the	joy	joy	joy	joy	Down	in	my	heart

G	G	E	C	G	F
Down	in	my	heart	to	stay

F	F	F	F-D	F	F	F	C	F	E	E	E	D-C	C	D	C	A3
And	I am	so	happy	so	very	ha	ppy	I	got	the	love	of Je	sus	in	my	heart

F	F	F	F-C	F	F	F	D	F	E	E	E	D-C	C	D	E	F
And	I am	so	happy	so	very	ha	ppy	I	got	the	love	of Je	sus	in	my	heart

Ref: https://www.youtube.com/watch?v=sTUVfbNOnEk .It doesn't seem to have the last 2 lines.

11. Jesus loves me, this I know

Note: In C Scale

G	E		E	D	E		G	G
Je	sus		loves	me	this		I	know

A	A	C5-A	A	G	G
For	the	Bible	tells	me	so

G-E	E	D	E	G	G
Little	ones	to	Him	be	long

A	A	G	C	E	D	C
They	are	weak	but	He	is	strong

G	E	G	A	C5
Yes	Je	sus	loves	me

G	E	C	E	D
Yes	Je	sus	loves	me

G	E	G	A	C5
Yes	Je	sus	loves	me

A	G	C	E	D	C
The	Bi	ble	tells	me	so

Ref: https://www.youtube.com/watch?v=yLDh8Jy6rGU

12. More love, more power

Note: In Em Scale

G	F#	E	G	F#	E	F#	F#	D	D	F#	E
More	lo	ve	more	po	wer	More	of	You	in	my	life

E	E	F#	G	B	A	A	A	G	F#	E
And	I	will	wor	ship	You	with	all	of	my	heart

E	E	F#	G-B	A	A	A	G	F#	E
And	I	will	worship	You	with	all	of	my	mind

- Same as above

E	E	F#	G-B	A	A	A	G	F#	E
And	I	will	worship	You	with	all	of	my	strength

- Same as above

E		F#	G	E	D
For	You	are	my	Lo	rd

D-G	F#	D	E
You	are	my	Lord

Ref: https://www.youtube.com/watch?v=KzJknF4BIyM

13. The best book to read is the Bible

A	A	F#	G	A	B	B	A-F#
The	best	book	to	read	is	the	Bible

G	G	E	F#	G	A	A	G-F#
The	best	book	to	read	is	the	Bible

A	A	A	F#	D-E	A
If	you	read	it	every	day

A	A	A	F#	D	E	A
It	will	help	you	all	the	way

B	B	A	F#	G	F#	G	F#	E-D
Oh	the	best	book	to	read	is	the	Bible

Ref: https://youtu.be/9t1V41tNVTU

14. My Life is in you Lord

B3		C		B3		C		D		C
My		life		is		in		You,		Lord

B3		C		B3		C		D		C
My		strength		is		in		You,		Lord

B3	C	B3	C	D	C	D	E	F	E	D
My	hope	is	in	You,	Lord	In	You,	it's	in	You

C	A3	A3	A3	B3	C	D	G3	C	A3	A3	A3	A3	B3	C	D	E – D C
I wil l	prais e	Yo u	wit h	all	o f	m y	lif e	I	wil l	prais e	Yo u	wit h	all	o f	m y	strengt h

C	B3	C	D	E	E	D	D	E	F	F	F	F	F	E	F	G
With	all	of	my	life,	with	all	of	my	strength	All	of	my	hope	is	in	You

15. Hosanna

Note: In C scale

C	C	G	C	D	G	D	E	D	C	B2	C-E	D	
Ho	san	na	Ho	san	na	Ho	san	na	in	the	high	est	(2X)

F	F	F	E	D	E	F	F	F	E	D	E
Lord	we	lift	up	your	name	with	our	hearts	full	of	praise

F	F	F	E	D	E	D	C
Be	E	xal	ted	O	Lord	my	God

E	F	E	D	C	D	C
Ho	san	na	in	the	high	est!

Ref:

I tried to provide at least one song in all of the scales, so you will have songs in C(means C Major) ,D,E,F,G,A,B and Cm,Dm,Em,Fm,Gm,Am and F#m. I haven't included all sharp ones thinking that might get you confused.

So if you observe, there is something of a "Root" (feel like you have reached Home) note of a scale, which is how it is referred with, it be Major or Minor. And always it need not start from 1st position of that scale, always. For example

Major:

Jesus loves me this I know starts at 5 - Provided
Sannuthuntu yesu swamy starts at 5
Ne chetitho starts at 1 – Provided
Joy to the world starts at 8- Provided
Aardhanaku yogudaa starts at -4 - Provided
Andari kannulu nee vaipu at -4
Bangaram adugaledhu starts at 3 - Provided
Ne tho polchutaku sarvesaa start at 3 however one deviation
Bless the Lord oh my soul starts at 3
Yesu swamy neeku menu starts at 3
Siddapadudaam starts at 3

Minor:

Subhavela starts at 1 - Provided
Yuddamu yehivadey starts at 1
Lekkinchaleni strotamu starts at 5 - Provided
Prabhu sannidilo starts at -4 - Provided
Neevu chesina mellakai starts at -4
Nee vennallu rendu talampulatho starts at -4
More love starts at 3 - Provided
Preminchedam at 3
Ashramaina prema starts at 1 goes back - Provided

Links you might like to explore:
https://learningmusic.ableton.com/index.html
https://keyslearnhelp.blogspot.com/2020/03/song-list.html
https://www.youtube.com/channel/UClpje1oc7J0PPGAlI0xMMZg

Often I get asked this question, probably in your minds as well…!

How long does it take to learn keyboard (or any new skill?! For that matter)

10000 hours to be at a master performance level. That is almost 5 years of effort.

However **20 hours!** Of focussed deliberate practice can get you to performance level. That is 45 minutes for 30 days. Do-able? Right!? Can this be your target?

Sources:
https://www.youtube.1e ocom/watch?v=5MgBikgcWnY - The first 20 hours - How to learn anything.
Duration: 19:26

In case of any mistakes, please do excuse me or let me know.

Thank you!